ഞാൻ സീത

njan sita
novel

•

ananya g

•

first chintha edition
october 2019

•

typesetting
sreebhadra, thiruvananthapuram

•

published
chintha publishers, thiruvananthapuram

•

cover
vinod mangoes

Distribution

DESHABHIMANI BOOKHOUSE

H O Thiruvananthapuram 695035
phone: 0471-2303026, 6063026
Email: chinthapublishers@gmail.com
Website: www.chinthapublishers.com

Branch

Head Office Kunnukuzhi • Statue Thiruvananthapuram • KSRTC Bus Station Alappuzha • KSRTC Bus Station Ernakulam • Machingal Lane Thrissur • IG Road Kozhikode • Mavoor Road Kozhikode • NGO Union Building Kannur • Central Bus Terminal Complex Thavakkara Kannur

---

CO - 2869/5138
ISBN -978-93-89410-30-3

ഞാൻ സീത

(നോവൽ)

അനന്യ ജി

ചിന്ത പബ്ലിഷേഴ്സ്
തിരുവനന്തപുരം-695 035

അനന്യ ജി

1995 ഒക്ടോബർ 12 ന് ജനിച്ചു. അച്ഛൻ: ഡോ. ഗോപി പുതുക്കോട് (മലപ്പുറം ഡയറ്റ് ഫാക്കൽറ്റി). അമ്മ: പി ഗീത (ചേളാരി ഗവ. ഹയർ സെക്കന്ററി സ്കൂൾ). കാലിക്കറ്റ് യൂണിവേഴ്സിറ്റി കാമ്പസ്, ഗവ. എൽ പി സ്കൂൾ, പാറമ്മൽ ബേസിക് സ്കൂൾ, രാമനാട്ടുകര ഗവ. യു പി സ്കൂൾ, രാമനാട്ടുകര ഗണപത് യു പി സ്കൂൾ, സേവാമന്ദിരം ഹൈസ്കൂൾ, ഫറോക്ക് ഗവ. ഹയർ സെക്കന്ററി സ്കൂൾ എന്നിവിടങ്ങളിൽ പഠിച്ചു. ഇപ്പോൾ കോഴിക്കോട് പ്രൊവിഡൻസ് വിമൻസ് കോളേജിൽ മൂന്നാം വർഷ ബിരുദ (ഇംഗ്ലീഷ്) വിദ്യാർത്ഥിനി. വിദ്യാവാണി കഥാപുരസ്കാരം (2007), ഡി സി ബുക്സ് - കുഞ്ഞുണ്ണിമാഷ് വായനാപുരസ്കാരം (2008), കുട്ടേട്ടൻ പുരസ്കാരം (2010), ഭീമാ സ്മാരക പുരസ്കാരം (2011) എന്നിവ നേടി. സർഗ്ഗാത്മക രചനയ്ക്ക് കേന്ദ്രമാനവ വിഭവശേഷി മന്ത്രാലയത്തിന്റെ ചാച്ചാ നെഹ്റു സ്കോളർഷിപ്പ് ലഭിച്ചിട്ടുണ്ട്. 'കുട്ടികളുടെ യുറീക്ക'യുടെ പത്രാധിപസമിതി അംഗമായി മൂന്നുതവണ പ്രവർത്തിച്ചു.

കൃതികൾ: *പട്ടുപാവാട, ചിരിയുടെ തുടക്കം* (കഥകൾ), *സ്വസ്തി, കർത്താവ് ആരെയെല്ലാം സംരക്ഷിക്കും* (നോവൽ).

വിലാസം : ഗുരുസാഗരം
രാമനാട്ടുകര പി ഒ
കോഴിക്കോട് - 673 633
ഇ-മെയിൽ : ananyagopi@gmail.com

പ്രസാധകക്കുറിപ്പ്

പുരുഷ കേന്ദ്രീകൃത സാമൂഹ്യവ്യവസ്ഥയുടെ ഇരയായിരുന്നു *രാമായണ*ത്തിലെ സീത. അവൾ പ്രതികരിക്കാനും പ്രതിഷേധിക്കാനും ആഗ്രഹിച്ചിട്ടുണ്ടാവും. പക്ഷേ, സമൂഹം അതിന് അനുവാദം നല്കിയില്ല. അവസാനം സ്വന്തം ദേഹം വെടിഞ്ഞ് സീത പ്രതികരിച്ചു. ആത്മാവിനെ ചോദ്യം ചെയ്യാനും പരീക്ഷിക്കുവാനും പുരുഷ മേധാവിത്വം അശക്തമാണെന്ന് അങ്ങനെ സീത തെളിയിച്ചു. ഒന്നിനെയും ചോദ്യംചെയ്യാതെ അനുസരിക്കുന്ന സീതയുടെ ശീലം ശീലക്കേടായി കണ്ടിരുന്ന നോവലിസ്റ്റ് ഇതോടെ മുൻവിധികൾ മാറ്റിവച്ച് നിർണ്ണായക നിമിഷങ്ങളിലെ സീതയുടെ മൗനങ്ങളെ വ്യാഖ്യാനിക്കാൻ ശ്രമിക്കയാണ്. ഇവിടെ പുരുഷ സമൂഹത്തിന്റെ തെറ്റായ കാഴ്ചപ്പാടുകളെ ചോദ്യംചെയ്യുന്ന കഥാപാത്രമായി സീത മാറുന്നു.

ആ മാറ്റം വായനക്കാർ കാണട്ടെ. അവർക്കായി ഞങ്ങൾ സമർപ്പിക്കുന്നു സർഗ്ഗധനയായ അനന്യയുടെ *ഞാൻ സീത.*

ചിന്ത പബ്ലിഷേഴ്സ്

മുഖവുര

ഹൈസ്കൂളിലെത്തുമ്പോൾ നമ്മുടെ ഇതിഹാസകൃതികളുമായി സാമാന്യത്തിലധികമുള്ള അടുപ്പമായിട്ടുണ്ട്. പാഠപുസ്തകങ്ങളിൽ വന്ന ഇതിഹാസഭാഗങ്ങളുമായി ബന്ധപ്പെട്ടു നടത്തിയ പുറംവായനയാണ് അതിനു സഹായിച്ചത്. *രാമായണ*ത്തേക്കാൾ *മഹാഭാരത* കഥാപാത്ര ങ്ങളും സന്ദർഭങ്ങളും തുടക്കംമുതൽ കൂടുതൽ ഇഷ്ടപ്പെട്ടു. കർണ്ണൻ ഒഴിയാബാധയായി കൂടെക്കൂടി. അയാളുടെ പൊള്ളുന്ന ജീവിതമുഹൂർത്ത ങ്ങൾ എന്നെ നോവിച്ചുകൊണ്ടിരുന്നു. അങ്ങനെയാണ് ഒൻപതാം ക്ലാസിൽവെച്ച് *സ്വസ്തി* എഴുതുന്നത്. കർണ്ണകഥയ്ക്കുള്ള എന്റെ എളിയ ആഖ്യാനമായ ആ നോവൽ പ്രകാശനം ചെയ്യുമ്പോൾ ബഹുമാന്യരായ എം പി വീരേന്ദ്രകുമാർ, യു കെ കുമാരൻ, ഇ പി പവിത്രൻ എന്നിവർ പറഞ്ഞ നല്ല വാക്കുകൾ ആവേശകരമായിരുന്നു. ഭീമാപുരസ്കാരം നേടിയ *സ്വസ്തി*ക്ക് വായനക്കാരിൽനിന്നും മികച്ച പ്രതികരണമാണു ലഭിച്ചത്.

അതിനു മുൻപ് ഏഴാം ക്ലാസിൽവെച്ച് 'ഗാന്ധാരീവിലാപ'വുമായി ബന്ധപ്പെട്ട വായനയിൽ 'പഞ്ചസ്ത്രീരത്നങ്ങൾ' എന്ന പരാമർശം ശ്രദ്ധ യിൽപ്പെടുകയും അതിൽ എത്രമാത്രം യുക്തിയുണ്ട് എന്ന അന്വേഷണം *ഇതിഹാസവനിതകൾ* എന്ന പ്രബന്ധരചനയിൽ കൊണ്ടെത്തിക്കുകയും ചെയ്തിരുന്നു. പരിമിത വിഭവങ്ങൾ വെച്ച് ഞാൻ നിരൂപണവിധേയരാ ക്കിയ പത്ത് ഇതിഹാസ വനിതാകഥാപാത്രങ്ങളിൽ സീത മുന്നിൽ വന്നു നിന്നു. അതുവരെ സീതയെ അപ്രിയ കഥാപാത്രമായി മാറ്റിനിർത്തുക യായിരുന്നു. ഒന്നിനെയും ചോദ്യംചെയ്യാതെ അനുസരിക്കുകയെന്ന സീത യുടെ ശീലം ശീലക്കേടായാണ് ഞാൻ കണ്ടിരുന്നത്. എന്നാൽ, പ്രബന്ധ രചനയ്ക്കായി നടത്തിയ വായന സീതയോട് അനുതാപമുണ്ടാക്കി. സീത വിടാതെ എന്നെ പിന്തുടർന്നു.

പ്ലസ് വൺ പഠനവേളയിൽ, സ്ത്രീ പീഡനകഥകൾ നിത്യേനയെന്നോണം വന്നുകൊണ്ടിരുന്നപ്പോൾ, ഉപദ്രവിക്കപ്പെട്ട ഓരോ സ്ത്രീക്കും സീതയുടെ മുഖമാണെന്ന് എനിക്കുതോന്നി. സർവ്വംസഹയായ സീതയെക്കുറിച്ചു മാത്രമേ കേൾക്കുന്നുള്ളൂ. പ്രതികരണശേഷിയുള്ള സീതയെ ആവിഷ്കരിക്കണമെന്നു തോന്നി. നിരവധി *രാമായണ*കഥകൾ വായിച്ചു. അനുബന്ധകഥകളും കണ്ടെത്തി. പത്താം ക്ലാസിൽ പഠിക്കുമ്പോൾ ജവഹർ ബാലഭവന്റെ ആഭിമുഖ്യത്തിൽ ഡൽഹിയിൽ നടന്ന അഖിലേന്ത്യാ ബാലപ്രതിഭാ ക്യാമ്പിൽവെച്ചു പരിചയപ്പെട്ട സുഹൃത്തുക്കളെ ഇന്റർനെറ്റിൽ ബന്ധപ്പെട്ടു. ഓരോ നാട്ടിലുമുള്ള സീതാകഥകൾ ചോദിച്ചറിഞ്ഞു. അജയൻ സാറിന്റെ രസകരമായ മലയാളം ക്ലാസുകളും എഴുത്തിനെ പ്രോത്സാഹിപ്പിക്കുന്നതായിരുന്നു. പ്ലസ്ടുവിന്റെ തുടക്കത്തിൽ നോവൽ എഴുതിത്തുടങ്ങി. പരീക്ഷയ്ക്കു മുൻപ് പൂർത്തിയാക്കുകയും ചെയ്തു.

പുരുഷകേന്ദ്രിത സാമൂഹികവ്യവസ്ഥയുടെ ഇരയായിരുന്നു, വാസ്തവത്തിൽ സീത. അവൾ പ്രതിഷേധിക്കാൻ ആഗ്രഹിച്ചിട്ടുണ്ടാകണം. പക്ഷേ, സമൂഹം അതിന് അനുവാദം നല്കിയില്ല. സ്വന്തം ദേഹം വെടിഞ്ഞ് സീത പ്രതികരിച്ചു. ആത്മാവിനെ ചോദ്യംചെയ്യാനും പരീക്ഷിക്കാനും പുരുഷമേധാവിത്വം അശക്തമാണെന്നു തെളിയിക്കുകയായിരുന്നു സീത. നിർണ്ണായക സന്ദർഭങ്ങളിലെ സീതയുടെ മൗനങ്ങളെ വ്യാഖ്യാനിക്കാൻ ശ്രമിച്ചപ്പോൾ പുരുഷസമൂഹത്തിന്റെ തെറ്റായ കാഴ്ചപ്പാടുകളെ ചോദ്യംചെയ്യുന്ന കഥാപാത്രമായി മാറുകയായിരുന്നു. ആദർശധീരനും പുരുഷോത്തമനുമായ രാമനല്ല, രാമൻ പ്രതിനിധാനം ചെയ്യുന്ന ആൺകോയ്മയാണ് വിചാരണ ചെയ്യപ്പെടേണ്ടതെന്ന് ഞാൻ കരുതുന്നു. അതാകട്ടെ, ഇനിയൊട്ടും വൈകിക്കൂടതാനും.

തർക്കവിതർക്കങ്ങളിൽ മത്സരബുദ്ധിയോടെ ഒപ്പംകൂടുന്ന അമ്മയും അച്ഛനുമാണ് എഴുത്തിൽ എന്റെ ശക്തി. നോവലിന് അവതാരിക വേണമെന്ന ആവശ്യവുമായി സമീപിച്ചപ്പോൾ ഒറ്റയിരുപ്പിന് കൈയെഴുത്തുപ്രതി മുഴുവൻ വായിച്ചശേഷം ഇത് ഉടൻ പുസ്തകമായി പുറത്തിറങ്ങുകയാണു വേണ്ടതെന്ന് അനുഗ്രഹിച്ച വീരേന്ദ്രകുമാർ സാറിനും നന്ദി.

അനന്യ ജി

ആമുഖം

അയോദ്ധ്യാ രാജധാനിയുടെ വർണ്ണപ്പകിട്ടുള്ള നിലം വിണ്ടുകീറുകയായിരുന്നു. അതിനിടയിലെ കട്ടപിടിച്ച ഇരുട്ട് ഹൃദയഭിത്തികൾക്കിടയിലേതാണോ എന്നു ഞാൻ സംശയിച്ചു. അന്തരംഗത്തിന് ആ അന്ധകാരം അത്രമേൽ പരിചിതമായിത്തോന്നി.

ഇടിവെട്ടുന്നുണ്ടായിരുന്നു. സഭയുടെ ചുമരിന്മേൽ മിന്നിയിരുന്ന വിളക്കുകൾ ഘോരമായ കാറ്റിൽ കെട്ടുപോയി. ഭീഷണമായുള്ള മൂളലുകൾ എവിടെനിന്നോ ഉയർന്നുവന്നു. എല്ലാവരും വിറയ്ക്കുകയോ പിറുപിറുക്കുകയോ പ്രാർത്ഥിക്കുകയോ ചെയ്തു.

രാജസിംഹാസനം പ്രകമ്പനം കൊള്ളുന്നത് ഞാൻ അറിഞ്ഞു. അസ്ഥിരമായ ആ പദവി എന്തു ബലി നല്കിയാലും അചഞ്ചലത വെടിയുന്നില്ലെന്ന് ലോകവും തിരിച്ചറിയട്ടെ. അലക്കുകാരന്റെ ദൃഷ്ടി വസ്ത്രത്തിൽ പറ്റിയ കറയിലും പാടിലും മാത്രമാണെന്നും ചിത്രപ്പണിയിലെ മാഹാത്മ്യത്തിലല്ലെന്നും തിരിച്ചറിയാത്തവർക്ക് ഏതുസ്ഥാനവും അസ്ഥിരംതന്നെ.

അയോദ്ധ്യാവാസികൾ ആർത്തു കരയുന്നുണ്ടായിരുന്നു. വർഷങ്ങൾക്കുശേഷം ആദ്യമായി പൊട്ടിച്ചിരിക്കുവാൻ തോന്നി. വിഡ്ഢികൾ! പമ്പരവിഡ്ഢികൾ! കൈയിലുള്ളതു വലിച്ചെറിഞ്ഞ് ഏറെ വൈകി പശ്ചാത്തപിക്കുന്ന മൂഢവർഗ്ഗങ്ങൾ. അവരുടെ കരച്ചിൽ സ്വർഗ്ഗലോകംവരെ ഉയരുമെന്നും ദേവഗണങ്ങൾ ചെവി പൊത്തുമെന്നും തോന്നി.

വെളിച്ചം പൂർണ്ണമായും കെട്ടുകഴിഞ്ഞു. പകലായിട്ടുകൂടി വസ്തുക്കൾ അദൃശ്യമായിത്തുടങ്ങി. കാഷായവസ്ത്രത്തിന്റെ തനിമയുള്ള തിളക്കം കുലഗുരുക്കന്മാരുടെ സ്ഥാനം അറിയിച്ചു. പക്ഷേ, മിന്നിത്തിളങ്ങുന്ന ആടയാഭരണങ്ങൾ ധരിച്ച ആരെയും മനസ്സിലാകുന്നില്ല. ഒരു

പക്ഷേ, കൊട്ടാരത്തിലെ സുഖജീവിതത്തോട് ഉള്ളിൽ വളർന്ന വിരക്തി കൊണ്ടാകാം. അവരണിഞ്ഞിരിക്കുന്ന ആഭരണങ്ങൾപോലും തിളക്കമറ്റ വയായിരുന്നു.

വിള്ളൽ വീണ്ടും വലുതാവുകയാണ്. ഭൂമി പിളരുന്നതിന്റെ കാതട പ്പിക്കുന്ന ശബ്ദം സഭയുടെ മച്ചുകൾ കിടുക്കി. ഒരുവേള ഭീമൻതൂണു കൾ നിലംപതിച്ചേക്കുമെന്ന് ഞാൻ ഭയന്നു. എന്തോ തിളയ്ക്കുന്ന പ്രതീതി. ശ്വാസം മുട്ടിക്കുന്ന പുക വന്നതുപോലെ. കണ്ണുകൾ ചൂടിൽ നിറഞ്ഞു. ശ്വാസകോശത്തിന്റെ അതിരുകൾ വല്ലാതെ വിങ്ങിത്തുടങ്ങി. ശരീരമാകെ ചൂടുലാവ നിറയുംപോലെ. ഏതാനും നിമിഷങ്ങൾ നീണ്ട അസ്വസ്ഥത. പിന്നെ, പകൽ വീണ്ടും അതിന്റെ തനതു സ്വഭാവത്തിലേ ക്കെത്തി. കട്ടപിടിച്ച ഇരുളിനെ കീറിമുറിച്ച് കണ്ണിനിമ്പമേകി വെളിച്ച ത്തിന്റെ ഏതാനും കണങ്ങൾ എത്തിത്തുടങ്ങി. എന്റെ അവസാന രാജ്യ സഭായോഗമാണിത്. ഒരു കാഴ്ചയും വേണ്ടെന്നുവെക്കാവുന്നതല്ല. ഓരോ ദൃശ്യവും ഒഴിവാക്കാനാവാത്തത്ര പ്രാധാന്യമർഹിക്കുന്നു.

മാതാക്കൾ മൂവരും എന്നത്തെയുംപോലെ ഒരുമിച്ചിരിക്കുന്നു. അവ രുടെ മുഖത്ത് വാർദ്ധക്യത്തിന്റെ ചുളിവുകൾ. മുഖത്തേക്ക് പാറിയെത്തി യത് കറുപ്പു നഷ്ടപ്പെട്ട മുടിയിഴകൾ. ദുഃഖത്തിന്റെ തന്മയീഭാവം പോലെ, ഭിന്നമായ മൂന്ന് അവതാരങ്ങൾപോലെ ദശരഥന്റെ മൂന്നു പത്നിമാർ. അവർ ദയനീയമായി നോക്കുന്നുണ്ടായിരുന്നു. സ്ത്രീകൾക്കു മാത്രം തിരി ച്ചറിയാവുന്ന ആ ഹൃദയവേദന ഞാൻ വായിച്ചെടുത്തു. ഒന്നും അവരുടെ ഇച്ഛയ്ക്കൊത്തായിരുന്നില്ല. അത്രയും നന്ന്.

അവർക്കിപ്പുറത്ത് സഹോദരന്മാരുണ്ടായിരുന്നു. ഭരതനും ശത്രുഘ്നനും. മരിച്ചകണ്ണുകളോടെ എന്റെ കുമാരന്മാരെ നോക്കുന്നു. ആ ചെറി യച്ഛന്മാർ എത്ര സ്നേഹധനന്മാരാണ്. ഒരു ജ്യേഷ്ഠത്തിയായിക്കണ്ട് അവ രെന്നും എന്നെ പൂജിച്ചിരുന്നു. അയോദ്ധ്യയിൽ വന്ന നാൾ മുതൽ ഇന്നു വരെ അഹിതമായി ഒന്നും പറഞ്ഞിട്ടുമില്ല, പ്രവർത്തിച്ചിട്ടുമില്ല. എന്നും എന്റെ സുഖം തേടിയിരുന്ന പ്രിയസഹോദരന്മാർ!

ലക്ഷ്മണനുനേരെ പണിപ്പെട്ടു നോക്കി. അയാൾ തലകുനിച്ച് സ്വന്തം പാദങ്ങളിൽ ശ്രദ്ധ കേന്ദ്രീകരിച്ചിരിക്കുകയാണ്, നോക്കാൻ ആവതില്ലാ ത്തവണ്ണം. ഇവനെന്നും എന്റെ ആജ്ഞകൾ പാലിച്ചിട്ടുണ്ട്. വാല്മീകാ ശ്രമസമീപം എന്നെ കൊണ്ടുചെന്നപ്പോൾ ലക്ഷ്മണന്റെ ഉടൽ വിറച്ചതും കണ്ണുകൾ കവിഞ്ഞൊഴുകിയതും ഓർക്കുന്നു. ജന്മജന്മാന്തരങ്ങളായി ഇവ നെന്റെ സഹോദരനാണ് എന്നു പലപ്പോഴും അഹങ്കരിച്ചിട്ടുണ്ട്. ജീവിത ത്തിലെ എല്ലാ നല്ല നിമിഷങ്ങളിലും സാക്ഷിയായി, മനസ്സിനു തണലായി ലക്ഷ്മണനുണ്ടായിരുന്നു. ദൗർഭാഗ്യത്തിന്റെ ദുരന്ത നിമിഷങ്ങളിൽ ഇവനെ ഒരുപാട് വേദനിപ്പിച്ചു. ഇത്രയും സ്നേഹവാനായ ഈ അനു ജനെ പഴിച്ചതിനുള്ള പിഴയാണ് ഞാനൊടുക്കുന്നത്. സഹോദര സ്നേഹ ത്തിന്റെ ആൾരൂപമായ സൗമിത്രീ, നീയെനിക്ക് മാപ്പുതരുമെന്ന് ആശി ക്കുന്നു. ഈ ജ്യേഷ്ഠത്തിയെന്നും നിന്നെ ഓർക്കും. എന്റെ അനുഗ്രഹം

എന്നും നിനക്കുണ്ടാകും.

അവർക്കു പിന്നിൽ അവരുടെ പത്നിമാർ, അനുജത്തിമാർ എന്റെ വിളിക്കായി കാത്തുനിന്നു. അവരെന്റെ സുഖത്തിനുവേണ്ടി ജീവിതം നല്കാൻവരെ തയ്യാറെടുക്കുന്നവരാണ്. ബാല്യകാലം മുതൽ അവർ ഒപ്പം നിന്നു. ബഹുമാനിച്ചും ഭയന്നും അവരെന്നെ സ്നേഹിച്ചു. ബാല്യകാലത്തിന്റെ മധുരമുള്ള ഓർമ്മകൾ മനസ്സിൽ തികട്ടിവന്നു. ഊർമ്മിളയുടെ കൈകൾ ഇരിപ്പിടത്തിൽ അമർന്നിരിക്കുകയാണ്. മാണ്ഡവി തല പൊക്കുന്നേയില്ല. ശ്രുതകീർത്തി വിങ്ങിപ്പൊട്ടുന്നു. അവരെ ദുഃഖത്തിൽ കാണുവാനാവില്ല. ഞാൻ മുഖം തിരിച്ചു. എന്റെ കണ്ണീർ അവരും കാണാതിരിക്കട്ടെ.

ഹനുമാന്റെ മുഖം നനഞ്ഞു ചുവന്നുപോയിരുന്നു. എത്ര പ്രിയങ്കരനാണ് ഈ സുഹൃത്ത്! ഇയാൾ ലങ്കയിലേക്കു വന്നത് ദൂതനായിട്ടല്ല; പ്രാണദാതാവായിട്ടാണ്. രാവണന്റെ ക്രൂരവചനങ്ങൾക്കുമുന്നിൽ മനംനൊന്ത് ഞാനന്നു പിടയുകയായിരുന്നു. അവിടെയാണ് ഇയാൾ എന്നിൽ പ്രതീക്ഷകൾ നിറച്ചത്. സൗഹൃദത്തിന്റെ വിലയായി സർവ്വതും ത്യജിക്കുന്ന വീരയോദ്ധാവാണ് ആഞ്ജനേയൻ. ഇന്നെന്തോ, അദ്ദേഹത്തിൽ പ്രതീക്ഷകൾ നിറയ്ക്കേണ്ടതുണ്ട്. ആ മനസ്സിൽ ആശ്വാസം വേണ്ടതുണ്ട്. ആജ്ഞ കേൾക്കുവാനായി തല താഴ്ത്തിയിരിക്കുന്ന അയാളോട് എനിക്കൊന്നും പറയാനില്ല.

പിന്നീടുള്ള കാഴ്ചയ്ക്കു തലയുയർത്തി നോക്കിയില്ല. നോക്കാതെ തന്നെ ഊഹിക്കാം. അയോദ്ധ്യാ രാജാധിപന്റെ നടുങ്ങിയ, പകച്ച മുഖം. അദ്ദേഹത്തെ അവസാനമായി കാണണമെന്ന ആഗ്രഹംകൊണ്ട് അറിയാതെ കഴുത്തുയർത്തിപ്പോയി. അദ്ദേഹത്തിന്റെ സകല ആജ്ഞകളും പാലിച്ച പത്നിയോടുള്ള സ്നേഹമാണോ, സഹതാപമാണോ അവിടെയുള്ളതെന്ന് അറിയണമായിരുന്നു. രണ്ടാണെങ്കിലും ഞാൻ അപമാനിതയാകും.

കിരീടം ഒരു വശത്തേക്ക് ചെരിയുന്നുണ്ട്. വിയർത്തൊഴുകിയ അദ്ദേഹത്തിനുമേൽ കഴുത്തിലെ ഭാരമേറിയ ഹാരം ഒട്ടിപ്പിടിച്ചപോലെ. വർഷങ്ങൾക്കുമുമ്പ് പുഷ്പവാടിയിൽ വെച്ച് കണ്ട രൂപം എത്രയോ ഭിന്നമായിരുന്നു. ഈ കണ്ണുകളിൽ ശാന്തിയല്ല മൃത്യുവേദനയാണെന്ന് തോന്നുന്നു. അവയുടെ അഗ്രം ചുവന്നുപോയി.

അദ്ദേഹത്തിന്റെ കണ്ണുകളിലെ അർത്ഥന എനിക്കറിയാം. പോകരുതേയെന്ന് അവ യാചിക്കുന്നു. മാപ്പുനല്കുമായിരുന്നു. വെറുമൊരു പത്നിയായിരുന്നെങ്കിൽ. പക്ഷേ, ഇനിയില്ല. ഒരമ്മയും അപമാനങ്ങൾ പൊറുക്കില്ല.

ശകാരിച്ചു, അപമാനിച്ചു. മൂവുലകത്തിലും ഉപയോഗമില്ലെന്ന് വിധിച്ചു. ഒടുവിൽ അഗ്നിപ്രവേശം വേണ്ടിവന്നു. എന്നിട്ടും കുലമഹിമയെക്കരുതി എനിക്കത് ഉൾക്കൊള്ളാനായി. എന്നാലിന്ന്, എന്റെ മക്കളോടു കാട്ടിയ രാജപദത്തിന്റെ ഗർവ്വം പൊറുക്കാവുന്നതല്ല. രാജനീതിയുടെ

പേരിൽ പിതൃധർമ്മം ഇരുട്ടിൽ തള്ളുന്നത് വിട്ടുകളയാൻ കഴിയില്ല. സീത, സർവ്വംസഹയല്ലെന്ന് അയോദ്ധ്യാപതി പഠിക്കട്ടെ. അവൾക്കും കുലവും അഭിമാനവും ആത്മാവുമുണ്ട്.

ആദ്യമെന്നെ ശിക്ഷിച്ചു. പക്ഷേ, വിധിക്കു മുന്നിൽ ഞാനന്നു ശാന്തയായിരുന്നു. ഇനിയതിനു പറ്റില്ല. എന്തെന്നാൽ, ശിക്ഷയുടെ പ്രസരം മക്കളിലേക്ക് പടർന്നിരിക്കുന്നു. തന്റെ അംശമായ ഈ കൊച്ചുകുട്ടികളോട് നിങ്ങളെ അംഗീകരിക്കാനാകില്ലെന്നു പറഞ്ഞ കൽഹൃദയത്തിനെ ഇനി ബലിപീഠമാക്കാൻ അനുവദിക്കില്ല.

ഞാൻ അയോദ്ധ്യയുടെ അവസാനത്തെ ബലിമൃഗമായിരിക്കണം. ഇനിയൊരു ദുഃഖാത്മാവ് അയോദ്ധ്യയുടെ ആകാശത്ത് ഉയരാതിരിക്കണം. കൊട്ടാരജീവിതത്തിന്റെ സുഖങ്ങൾ എനിക്കില്ല. എന്റെ കുട്ടികൾക്കുണ്ടായിരിക്കണം.

രാജപ്രഭ തുളുമ്പുന്ന ഈ കുഞ്ഞുങ്ങൾ തലയിൽ ജടകെട്ടി മരത്തോലുടുക്കുന്നത് സഹിക്കാൻവയ്യ. ചെങ്കോലേന്തേണ്ട കൈയിൽ ജപമാല പ്രഭ നല്കുകയില്ല. ഭരണകാര്യങ്ങൾ പറയേണ്ട നാവിന് മന്ത്രജപങ്ങൾ ഒരിക്കലും അനുയോജ്യമല്ല.

ഈ യാത്ര എന്റെ മക്കൾക്കു വേണ്ടിയാണ്. ലോകത്തൊരമ്മയ്ക്കും ഈ ഗതികേടുണ്ടാകാതിരിക്കട്ടെ. മക്കളുടെ അധികാരത്തിന് അമ്മയുടെ ജീവൻ വേണ്ടുന്ന സാഹചര്യം ഇനി പുലരാതിരിക്കട്ടെ. എനിക്കു പ്രാർത്ഥിക്കാൻ ഇത്രയേയുള്ളൂ.

എന്റെ ക്ഷമയെയും സൗശീല്യത്തെയും വാഴ്ത്തിയവർക്ക് എന്നെ ശരിക്കുമറിയില്ല. ഈ ശപഥം അയോദ്ധ്യയോടുള്ള പ്രതികാരമാണെന്ന് അവർക്കറിയില്ല. ഒരാളുടെ മൗനത്തിനു മുൻപിൽ ഒരായിരം ശിരസ്സുകൾ കുനിയുമെന്നും ആരും കരുതിയിട്ടുണ്ടാകില്ല. മൗനമാണ് എന്നെ ഇന്നുവരെയും ജയിപ്പിച്ചത്. ആ ആയുധം ഞാനിന്നു വലിച്ചെറിയുന്നു.

ഞാൻ പറയുകയാണ്, പ്രവൃത്തിയിലൂടെ രാജാ ജനകന്റെ മകൾക്ക് പതിയുടെ ആജ്ഞ ധിക്കരിക്കുക വയ്യ. പക്ഷേ, അവളുടെ ആത്മാഭിമാനമുള്ള മനസ്സിനെ അവൾക്ക് തൃപ്തിപ്പെടുത്തിയേ മതിയാവൂ. സീതയുടെ യാത്ര എന്നും ഓർമ്മിക്കപ്പെടും. അതുതന്നെയാണ് അവളുടെ പ്രതികാരവും.

ചപലയായ ഒരു സാധാരണക്കാരിയായാണ് ഇതുവരെ അയോദ്ധ്യ എന്നെ കണ്ടത്. എന്റെ ദിവ്യത്വവും അസാധാരണത്വവും ഇവർക്കു കാട്ടിക്കൊടുക്കണമെന്ന് അന്നേ കരുതിയതാണ്. അതിനുള്ള അവസരമിതാ വന്നുചേർന്നിരിക്കുന്നു.

ഭൂമിപുത്രിയുടെ മേൽ കളങ്കം അസംഭവ്യമാണെന്ന് ഇവർക്കു ബോദ്ധ്യമായിട്ടുണ്ടാകും. ദൈവികമായ പാരമ്പര്യമാണ് മഹാറാണിയുടേതെന്ന് അഭിമാനിച്ചിട്ടുണ്ടാകും. പക്ഷേ, ഞാനൊന്നും മറക്കാറില്ല. വിശേഷിച്ചും ഈ നിമിഷത്തിൽ ഒന്നും മറക്കാനാഗ്രഹിക്കുന്നില്ല. ഓർമ്മകൾ പിന്നെയും മനസ്സിലേക്കു വന്ന് കൂടുതൽ കരുത്തു പകരണമേ

എന്നാണ് ഞാനാഗ്രഹിച്ചത്.

അയോദ്ധ്യക്കു ദുഃഖമാചരിക്കുവാൻ എന്റെ ജഡംപോലും വിട്ടുകൊടുക്കാനാവില്ല. കുത്തിനോവിച്ചവർ അർപ്പിക്കുന്ന പുഷ്പാലങ്കാരങ്ങൾ എന്റെ ആത്മാവിനെയും പരിക്ഷേല്പിച്ചേക്കും. ഒരുപക്ഷേ, എനിക്കു മോക്ഷം കിട്ടിയില്ലെന്നും വരാം. ജീവിച്ചിരുന്നപ്പോൾ തിരിച്ചറിയാത്തവർ ഇനി എനിക്കായി പൊഴിക്കാൻ പോകുന്ന കണ്ണീർ കടും വിഷമായിരിക്കും. ആ ഭാരം ഇനിയെടുക്കുക വയ്യ.

അമ്മയുടെ മുഖം തെളിഞ്ഞുകണ്ടു. എത്ര സുന്ദരിയാണവർ. ഞാനൊരിക്കലും കണ്ടിട്ടില്ലാത്ത എന്റെ അമ്മ! അണിഞ്ഞിരിക്കുന്ന ഏത് ദിവ്യാഭരണത്തേക്കാളും ശോഭ അവരുടെ മുഖകാന്തിക്കുണ്ട്. പട്ടുവസ്ത്രങ്ങൾ ഉച്ചവെയിലിലെ സൂര്യനെ ഓർമ്മിപ്പിച്ചു.

അമ്മ മാടിവിളിച്ചു. ഉള്ളിൽ ചന്ദ്രൻ വീണുടഞ്ഞപോലെ ഒരു കുളിര്. എന്റെ അമ്മയാണിത്. ഇതുവരെയുള്ള എന്റെ വേദനകണ്ട് ദുഃഖിച്ച് സകല ദുഃഖങ്ങളും അവസാനിപ്പിക്കാൻ പ്രത്യക്ഷപ്പെട്ട അമ്മ.

ഒരർത്ഥത്തിൽ എനിക്കിവരോടുള്ള സ്നേഹം കുറഞ്ഞുപോകേണ്ടതാണ്. എന്നെ ലാളിച്ചതും വളർത്തിയതും എല്ലാം ജനകപത്നിയാണ്; പെറ്റമ്മയെപ്പോലെത്തന്നെ. എന്നാൽ, അവരെനിക്കുതന്ന മനുഷ്യജീവിതത്തിന്റെ പരിസമാപ്തി ഇത്ര മധുരമേറിയതും ദൈവീകമാക്കിയതും ഭൂമിമാതാവാണ്. അയോദ്ധ്യക്കുള്ള എന്റെ മറുപടി അവിസ്മരണീയമാക്കിത്തന്ന അമ്മയ്ക്ക് എങ്ങനെ നന്ദി പറയാൻ!

അറിയാതെ കാലുകൾ അമ്മയ്ക്കരികിലേക്ക് നടന്നു. അയോദ്ധ്യ സ്ത്രീജീവിതത്തിന് അയോഗ്യമാണെന്നും ഇവിടെ ജീവിക്കുന്നത് പാപമാണെന്നും ശ്വാസവായു പറഞ്ഞു. തലച്ചോറിലേക്ക് അമ്മയുടെ മുഖമല്ലാതെ മറ്റൊരു ചിത്രവും പതിഞ്ഞില്ല.

ലവന്റെ കൈകൾ ചുറ്റിപ്പിടിക്കുന്നുണ്ടായിരുന്നു. കുശൻ വാവിട്ടു കരഞ്ഞു. പക്ഷേ, എന്റെ ഹൃദയം രാജാ രാമന്റേതിനു സമാനമായ കരിങ്കല്ലായി മാറി. എനിക്കിത്രയും കരുത്തെങ്ങനെ കിട്ടി? ആർക്കറിയാം! മക്കളുടെ പിടുത്തത്തിൽനിന്നും എത്ര അനായാസമായി ഞാൻ കുതറി മാറി! അവരുടെ കുഞ്ഞിക്കൈകൾ ബലമായി വിടുവിച്ച് ഒന്നു തിരിയുക പോലും ചെയ്യാതെ ഞാൻ മുന്നോട്ടു നടന്നു.

കൈകൾ സ്വപ്നത്തിലെന്നവണ്ണം ഉയർന്നു കൂപ്പി. ഞാൻ എല്ലാവരുടെയും അനുഗ്രഹം ഇച്ഛിച്ചു. ഈ അന്ത്യയാത്ര ഗുരുജനങ്ങളുടെ ആശീർവാദത്തോടെ എന്നും ഓർമ്മിക്കപ്പെടുമാറാകട്ടെ. ഈ യാത്ര ആരെയും വേദനിപ്പിച്ചു കൊണ്ടുമാകരുത്. എന്റെ മുഖത്ത് താനേ പുഞ്ചിരിയും ശാന്തതയും വന്നു.

ഞാനിപ്പോൾ അമ്മയ്ക്കരികിലാണ്. അമ്മയുടെ തൊട്ടടുത്ത്. അവരുടെ മിനുത്ത കൈകൾ വാത്സല്യപൂർവ്വം എന്റെ തോളിൽ തടവുന്നു. വല്ലാത്തൊരു സുഖം. കണ്ണുകൾ താനേ അടഞ്ഞു പോകുംപോലെ. സുഖകരമായ ഉറക്കം.

ചുഴലിക്കാറ്റിൽപ്പെട്ട പ്രതീതി. ഞാൻ താഴ്ന്നുപോകുന്നു. അഗാധമായ ഏതോ ലോകത്തേക്ക് ആഴ്ന്നിറങ്ങുന്നു. അടക്കമില്ലാത്ത വസ്ത്രങ്ങൾ പാറിപ്പറന്നു. കണ്ണുകൾ തുറക്കുന്ന മട്ടില്ല. അതിച്ഛിക്കുന്നുമില്ല.

ആ ഉറക്കത്തിൽ കണ്ട സ്വപ്നം എന്റെ ജീവിതമായിരുന്നു. ചിലന്തിവലയുടെ തന്തുക്കൾപോലെ ചേർന്നുകിടക്കുന്ന വിവിധാനുഭവങ്ങൾ. മഞ്ഞുവീണ കണ്ണാടിപോലെ എന്റെ മനസ്സ്. അതു മെല്ലെ വ്യക്തമായിത്തുടങ്ങി.

ആദ്യത്തെ ചിത്രം വളരെ വർണ്ണാഭമായിരുന്നു. ഒരു കൊട്ടാരക്കെട്ട്. കണ്ണാടിക്കു മുന്നിൽ സ്വയം അലങ്കരിക്കുന്ന കൊച്ചു ബാലിക. അവൾ സുന്ദരിയും സന്തോഷവതിയുമായിരുന്നു. ആ മുഖം നിഷ്കളങ്കമായിരുന്നു. കണ്ണാടിയിലെ പ്രതിച്ഛായയെ നോക്കി അവൾ പതിയെ വിളിച്ചു:

“സീതേ...”

ഒന്ന്

ഞാൻ സീത. ഉഴവുചാലിൽനിന്നു കിട്ടിയതുകൊണ്ടാണത്രേ ഇങ്ങനെയൊരു പേരുവന്നത്. എന്നെ ജാനകിയെന്നും മൈഥിലിയെന്നും വിളിക്കും. പക്ഷേ, എനിക്കിഷ്ടം സീത എന്ന പേരുതന്നെയാണ്. ഞാനൊരു രാജകുമാരിയാണ്. അച്ഛൻ പേരുകേട്ട മിഥിലാരാജൻ, ജനകൻ.

ഏതൊരു രാജകുമാരിയെയുംപോലെ ഞാനും കൊട്ടാരത്തിൽ ധാരാളം സഖിമാരൊത്തു സന്തുഷ്ടയായി കഴിയുന്നു. എനിക്ക് മൂന്ന് അനുജത്തിമാരുണ്ട്. അവർക്കെന്നെ വലിയ പേടിയും ഇഷ്ടവുമൊക്കെയാണ്. ഞാനാണല്ലോ മൂത്തവൾ. കൊട്ടാരം വളരെ വലുതാണ്. കിഴക്കേ ഭാഗത്തുള്ള കൊട്ടാരക്കെട്ടിലാണ് ഞാനും ഊർമ്മിളയും ശ്രുതകീർത്തിയും മാണ്ഡവിയും താമസിക്കുന്നത്. ഞങ്ങൾക്കൊപ്പം അമ്മമാരും മുത്തശ്ശിമാരും അവിടെയാണ്. അതിനാൽ സന്ധ്യാപൂജയ്ക്കുശേഷം കഥകൾ കേൾക്കാനുള്ള ഭാഗ്യം ഞങ്ങൾക്ക് ആവോളമുണ്ടായിരുന്നു.

രസകരമായ ദിനചര്യയാണ് ഞങ്ങളുടേത്. അതിരാവിലെ ഉണർന്നാലുടൻ പ്രഭാതപൂജ, പിന്നീട് മദ്ധ്യാഹ്നപൂജ. അവിടുന്നങ്ങോട്ട് സന്ധ്യാപൂജവരെ കളിതന്നെയാണ്. ഒളിച്ചു കളിക്കുകയാണ് മറ്റുള്ളവർക്കു പ്രിയം. സത്യം പറയാമല്ലോ എനിക്ക് സാഹസികമായ എന്തെങ്കിലും കളിയായിരുന്നു താല്പര്യം. അതിനാകട്ടെ അവരൊട്ടു തയ്യാറുമല്ല.

കൊട്ടാരത്തിൽ അമൂല്യമായി കാത്തുസൂക്ഷിച്ചിരിക്കുന്ന ഒന്നുണ്ട്. മഹാശിവന്റെ ത്രയംബകം എന്ന വില്ല്. രാവിലെയും വൈകിട്ടും അച്ഛനതിനെ പൂജിക്കുന്ന പതിവുണ്ട്. ഒട്ടേറെ ഭടന്മാർ അതിനു കാവൽ നില്ക്കുന്നുണ്ട്. സദാ ആരാധന നടത്തുന്നതിനാൽ അവിടെ ആസ്വാദ്യമായ ഒരു കർപ്പൂരഗന്ധമുണ്ടായിരുന്നു.

ഒരുദിവസം പതിവുകളികൾ കഴിഞ്ഞ് തളർന്നിരിക്കുകയായിരുന്നു. അപ്പോഴാണ് അങ്ങനെയൊരു വക്രബുദ്ധി തോന്നിയത്. എന്തുകൊണ്ട്

ശിവന്റെ വില്ലെടുത്ത് കളിച്ചുകൂടാ! ഉടനെ കൂട്ടരോട് പറഞ്ഞു. അവർക്കൊരു ചിരി. അതങ്ങനെയൊന്നും ഉയർത്താൻ പറ്റില്ലെന്ന്. ഞാൻ സ്വതവേ വാശി കാണിക്കാറില്ല. എന്നാലും അങ്ങനെ വിട്ടുകൊടുക്കാൻ പറ്റില്ലെന്നൊരു തോന്നൽ.

ആ മുറിവരെ ചെന്നുനോക്കി. ഉച്ചഭക്ഷണം കഴിച്ച മയക്കത്തിലാണ് ഭടന്മാർ. ആഭരണങ്ങളൊന്നും കൂട്ടിയുരസാതിരിക്കാൻ പണിപ്പെട്ട് പാദസരത്തോടു കിലുങ്ങാതിരിക്കാൻ മനസ്സിൽ പറഞ്ഞ് അകത്തു കയറി. അച്ഛൻ കത്തിച്ചുവെച്ച ചന്ദനത്തിരി അപ്പോഴും സുഗന്ധം പരത്തുന്നുണ്ടായിരുന്നു. ചിരാതുകൾ മങ്ങാതെ കത്തുന്നു. ദിവസവും ആരാധനയർപ്പിക്കുന്ന ഗൗരിയെ മനസ്സിൽ നിനച്ച് ഞാൻ വില്ലുയർത്തി.

തിരിച്ചിറങ്ങുക അങ്ങോട്ടു പ്രവേശിക്കുന്നതിനേക്കാൾ കടുപ്പമായിരുന്നു. വലിയ ഭാരമൊന്നുമില്ലെങ്കിലും വില്ലിനു നീളമുണ്ട്. ശ്രദ്ധിച്ചില്ലെങ്കിൽ പ്രവേശനദ്വാരത്തിന്റെ മുകളിലെ ശില്പത്തിന്മേൽ തട്ടി ശബ്ദമുണ്ടായേക്കും. വളരെ പ്രയാസപ്പെട്ട് പുറത്തിറങ്ങി.

ഊർമ്മിളയാണ് എന്റെ വരവ് ആദ്യം കണ്ടത്. അവളുടെ കണ്ണുകൾ പുറത്തേക്കു തള്ളിവന്നു. ആ മുഖഭാവം കണ്ട് മറ്റുള്ളവരും തിരിഞ്ഞുനോക്കി. വലിയ വില്ലുമേന്തി ഞാൻ നിന്ന നില്പെന്തോ അവർക്കു വിസ്മയമായി. ഞാനൊട്ടും കുറച്ചില്ല. വലിയ ഗമയിൽത്തന്നെ അവർക്കരികിൽ ചെന്നുനിന്നു.

അച്ഛൻ സാധാരണ ആ സമയത്ത് കൊട്ടാരത്തിലേക്കു വരാറില്ല. അന്നദ്ദേഹം വരുകയും എന്നെ വില്ലോടുകൂടി കാണുകയും ചെയ്തു. അദ്ദേഹമാകെ വിളറിപ്പോയി. പിന്നെ അമ്മയെയും മുത്തശ്ശിയെയും വിളിച്ചുവരുത്തി. എല്ലാവരും എന്നെത്തന്നെ നോക്കി അമ്പരന്നുനിന്നു. എനിക്കാകെ ഒരു വല്ലായ്മ തോന്നി. പതിയെ വില്ല് മുറിയിൽ കൊണ്ടുവെച്ചു.

അച്ഛനാണ് ആദ്യം സംസാരിച്ചത്. എങ്ങനെ അതെടുത്തുയർത്തി എന്നായിരുന്നു അദ്ദേഹത്തിനറിയേണ്ടിയിരുന്നത്. ഞാൻ സംസാരിച്ചത് അല്പം വിറയലോടുകൂടിയാണ്. അത്ര ഭാരമില്ലായിരുന്നു എന്നു പറഞ്ഞപ്പോൾ എല്ലാവരും ഒന്നുകൂടി വിസ്മയിച്ചു.

“സീതേ, ഈ വില്ല് നമ്മുടെ കുടുംബസ്വത്താണ്. ഇതു മഹാദേവന്റെ അനുഗ്രഹമാണ്. ഇങ്ങനെ വില്ലിനെ അപമാനിക്കുന്നത് ദൈവകോപം ക്ഷണിച്ചുവരുത്തും. ഇനി മേലാൽ നീ ഇപ്രകാരം ചെയ്യില്ലെന്ന് അച്ഛനു വാക്കുതരൂ.”

ഞാൻ തലകുലുക്കി. എനിക്കു ശബ്ദം നഷ്ടപ്പെട്ടിരുന്നു. അച്ഛനതു പറയുമ്പോൾ അദ്ദേഹത്തിന്റെ സ്വരം പതിവിലും പതുക്കെയായിരുന്നു. മകൾ കാണിച്ച അവിവേകത്തിൽ അദ്ദേഹത്തിനു വല്ലാത്ത നിരാശ തോന്നിയിരിക്കുമെന്ന് ഞാൻ കരുതി.

കാര്യങ്ങൾ പിന്നീട് ഊർമ്മിള പറഞ്ഞാണ് അറിഞ്ഞത്. ഭാരമേറിയ ആ വില്ലുയുയർത്താൻ മഹാബലർക്കേ കഴിയൂ. അതുകൊണ്ടുകൂടിയാണ് വില്ലിനെ അവിടെ സ്ഥായിയായി സംരക്ഷിച്ചിരിക്കുന്നത്. ആ വില്ലു കുല

യേറ്റുന്നയാൾക്കേ എന്നെ നല്കാവൂ എന്ന് അച്ഛനോട് നാരദമഹർഷി പറഞ്ഞിരിക്കുന്നുവത്രേ. എല്ലാം കേട്ടപ്പോൾ എനിക്കെന്റെ അവിവേകത്തിൽ ലജ്ജ തോന്നി. എന്നിരിക്കിലും അതു നന്നായി. അനുജത്തിമാരുടെ ഭയം ഒന്നു കൂടിയിരിക്കുന്നു.

അച്ഛന്റെ സഭയിൽ പല ചർച്ചകളും നടക്കാറുണ്ട്. ആദ്ധ്യാത്മികമായ അത്തരം വാദപ്രതിവാദങ്ങൾ എന്നെ വല്ലാതെ ആകർഷിച്ചിരുന്നു. സമയം കിട്ടുമ്പോഴെല്ലാം അവിടെ പോകുകയും പണ്ഡിതരുടെ പ്രഭാഷണങ്ങൾ കേൾക്കുകയും ചെയ്തുപോന്നു. സത്യയായിരുന്നു അടുത്ത സുഹൃത്ത്. അവളും ഒപ്പം വരുമായിരുന്നു. ഞങ്ങൾ ചിലപ്പോഴൊക്കെ സഭയുടെ അവസാനംവരെ അവിടെ ഇരുന്നുപോകും.

ഒരിക്കൽ അച്ഛൻ ഞങ്ങളെ കണ്ടു. ഇങ്ങനെ അകലെയിരിക്കേണ്ട കാര്യമില്ലെന്നും ഞങ്ങൾക്കും ചർച്ചയിൽ ഇടപെടാമെന്നും അദ്ദേഹം പറഞ്ഞു. ഞങ്ങൾക്കതൊരു വലിയ അംഗീകാരമായി. പിന്നീട് പലപ്പോഴും ഞങ്ങളും വാദപ്രതിവാദങ്ങളിൽ പങ്കുകൊണ്ടു. ഞാനെന്തെങ്കിലും അഭിപ്രായങ്ങൾ ഉന്നയിക്കുമ്പോൾ അച്ഛന്റെ മുഖം അഭിമാനംകൊണ്ടു തിളങ്ങിയിരുന്നു.

രാജ്യത്തിനകത്ത് യാത്രകൾ നടത്തി പ്രജകളുടെ പ്രശ്നങ്ങൾ നേരിട്ടറിഞ്ഞു പരിഹരിക്കുക അച്ഛന്റെ ശീലമായിരുന്നു. ആ യാത്രയ്ക്കിടയിൽ എന്നെയും കൊണ്ടുപോകുമായിരുന്നു. രഥത്തിലിരിക്കവേ, വേദങ്ങളും ഗുണപാഠകഥകളും പറഞ്ഞുതരും. ജീവിതത്തെക്കുറിച്ചുള്ള സംവാദങ്ങൾ അദ്ദേഹത്തിനേറെ പ്രിയമായിരുന്നു. ജനങ്ങൾ അദ്ദേഹത്തെ ദൈവത്തെപ്പോലെ ആദരിച്ചു. അവർ അച്ഛന്റെ ഭരണത്തിനു കീഴിൽ തികച്ചും ആനന്ദിച്ചിരുന്നു. അച്ഛൻ വരുമ്പോൾ അവർ ആർപ്പുവിളികളോടെ അദ്ദേഹത്തെ സ്വീകരിച്ചു. മിഥിലയിലെ ഓരോ നാല്ക്കവലയും അവരുടെ രാജാവിനെ വാതോരാതെ പ്രശംസിച്ചു.

അമ്മയും വലിയ ധർമ്മിഷ്ഠയായിരുന്നു. ഉണർന്നാൽ ഉറങ്ങുംവരെ അവർ ദൈവനാമങ്ങൾ ആലപിച്ചു. അമ്മയുടെ കൈകളിൽ എല്ലായ്പ്പോഴും പൂജാദ്രവ്യങ്ങളായിരുന്നു. അവർ ഞങ്ങളെ ഒരുപാട് സ്നേഹിച്ചു. കുളി കഴിഞ്ഞാൽ ഞങ്ങളുടെ മുടി പലവിധത്തിൽ കെട്ടുക അമ്മയുടെ പണിയാണ്. പക്ഷേ, അവരൊരിക്കലും ഞങ്ങളുടെ മുടി വലിക്കുകയോ ഞങ്ങളെ വേദനിപ്പിക്കുകയോ ചെയ്തില്ല. അമ്മയുണ്ടാക്കുന്ന പലഹാരങ്ങൾ കഴിച്ചാൽ വിനാഴികകളോളം ഞങ്ങൾ വിരൽ നുണയുമായിരുന്നു. അത്രയേറെ സ്വാദിഷ്ഠമായ ആഹാരം വേറെയാരും ഉണ്ടാക്കില്ലെന്ന് ഞങ്ങൾ പറയുമ്പോൾ അമ്മയുടെ ചുണ്ടിൽ ചിരി വിരിയും. ഞങ്ങൾ ഏറെയിഷ്ടപ്പെടുന്ന ഒരു മധുരച്ചിരി.

എനിക്കു ചിത്രങ്ങൾ വരച്ചുകൂട്ടുക ഒരു വിനോദമായിരുന്നു. എന്റെ ചിത്രങ്ങൾ ജനാലകൾക്കു മുകളിൽ തിരശ്ശീലയായോ, മെത്തയ്ക്കു വിരിപ്പായോ മാറിക്കൊണ്ടിരുന്നു. എന്റെ മുറിയിലെ ജനാലകൾ തുറന്നാൽ എകാന്തത ദർശിക്കാമായിരുന്നു. രാത്രിയിൽ ചന്ദ്രന്റെ ശീതളകരങ്ങൾ അതിലൂടെ കടന്നെത്തി. രാവിലെ എന്നെ ഉണർത്തുന്നതും ജനാലയി

ലൂടെ വന്നെത്തുന്ന സൂര്യരശ്മികളാണ്.

ഒരിക്കൽ ജനാലയ്ക്കൽനിന്ന് ഒരു രാത്രി മുഴുവൻ പൂർണ്ണചന്ദ്രനെ വരയ്ക്കുകയുണ്ടായി. ആ ചിത്രത്തെ അച്ഛൻ രാജസഭയിൽ കൊണ്ടുപോയി അവിടെ ഇടം കൊടുത്തു. ഞാൻ വരച്ചവയിൽ എന്നെത്തന്നെ പ്രീതിപ്പെടുത്തിയ ഒരു സൃഷ്ടിയായിരുന്നു അത്. സഭയിൽ വരുന്നവരുടെയൊക്കെ കണ്ണുകൾ അല്പനേരത്തേക്ക് പിടിച്ചെടുക്കുവാൻ ആ ചിത്രത്തിനു കഴിഞ്ഞു. വരുന്നവരോടൊക്കെ എന്നെക്കുറിച്ചു പറയാൻ ആ ചിത്രം അച്ഛനൊരു കാരണമായി.

ആ കാലമൊക്കെ വേഗം കടന്നുപോയി. ഞങ്ങൾ നാലു രാജകുമാരിമാരും ഇപ്പോൾ നൃത്തമഭ്യസിക്കുന്നുണ്ട്. അതുകൊണ്ട് കളിക്കാനോ സഭയിൽ പോകുവാനോ ഞങ്ങൾക്കു പറ്റില്ല. വൈകുമ്പോഴേക്കും കാൽ കുഴഞ്ഞിരിക്കും. ഞങ്ങൾ നൃത്തം പഠിക്കുക എന്നത് അമ്മയുടെ താല്പര്യമാണ്. അതൊരലങ്കാരമാണെന്നാണ് അമ്മ പറയുന്നത്.

കൊട്ടാരത്തിൽ എന്റെ സ്വയംവരത്തിനുള്ള ഒരുക്കങ്ങൾ തകൃതിയായി നടക്കുന്നു. ത്രയംബകം കുലയ്ക്കുന്നവനാണ് എന്നെ വിവാഹം കഴിച്ചുകൊടുക്കുക എന്ന് അച്ഛൻ സർവ്വരാജാക്കന്മാരെയും അറിയിച്ചിരിക്കുന്നു. ആർക്കും ഇതുവരെ അതിനു കഴിഞ്ഞിട്ടില്ല. ഒരു രാജകുമാരനും വില്ലു കുലയ്ക്കാൻ കഴിയില്ലെന്നും എന്റെ വിവാഹം നടക്കില്ലെന്നും ഊർമ്മിള ഉറപ്പിച്ചിരിക്കുന്നു. അവളെ സമാധാനിപ്പിക്കുന്നതിനിടെ മാണ്ഡവിയും സങ്കടം പറഞ്ഞു. ഞാനതിനെക്കുറിച്ചേ ചിന്തിച്ചില്ല. അച്ഛന്റെ രാജധാനി ചിത്രീകരിച്ചാലോ എന്നായിരുന്നു എന്റെ ആലോചന.

പ്രിയതോഴി സത്യ എന്നെക്കാൾ ഒരു വയസ്സ് മുതിർന്നതാണ്. അവളുടെ അച്ഛൻ കൊട്ടാരത്തിലെ മുഖ്യ വൈദ്യനാണ്. അവളാണ് ഞങ്ങളോട് പുതിയ അതിഥികളെക്കുറിച്ച് പറഞ്ഞത്. മുഖ്യാതിഥി മഹാമുനി വിശ്വാമിത്രനാണ്. കൂടെ രണ്ടു രാജകുമാരന്മാരും.

വിശ്വാമിത്രകഥകൾ ഏറെ കേട്ടിട്ടുണ്ട്. അദ്ദേഹത്തിനൊപ്പമുള്ളവരെക്കുറിച്ചു പറയാനാണ് സത്യ കൂടുതൽ സമയമെടുത്തത്. അയോദ്ധ്യാരാജൻ ദശരഥന് സവിശേഷപൂജ നടത്തി നാലുണ്ണികൾ പിറന്നു. പക്ഷേ, ഇവിടെയിപ്പോൾ മൂത്തവൻ രാമനും മൂന്നാമൻ ലക്ഷ്മണനുമേ വന്നിട്ടുള്ളൂ.

അത്ഭുതപരാക്രമികളാണ് കുമാരന്മാർ. വിശ്വാമിത്ര മഹർഷിയുടെ മഹായാഗത്തെ കടന്നാക്രമിച്ച ദുഷ്ടരാക്ഷസന്മാരെ അവർ വധിച്ചു. താടകയെ വകവരുത്തിയതും അഹല്യക്കു ഗൗതമനാൽ മാപ്പുകൊടുപ്പിച്ചതും രാമനാണ്. മിഥിലയിലെത്തിയ ഉടൻതന്നെ അദ്ദേഹത്തെ കാണാൻ ആൾക്കൂട്ടം വന്നു തുടങ്ങിപോലും.

എനിക്കതു വിചിത്രമായിത്തോന്നി. ഈ ചെറുപ്പത്തിൽ ഇങ്ങനെയൊക്കെ ചെയ്യുവാൻ സാധാരണക്കാർക്കു കഴിയില്ലെന്നുറപ്പാണ്. അദ്ദേഹത്തെയൊന്ന് കാണുവാൻ അതിയായ ആഗ്രഹം തോന്നി. ഞാനതു പറയുകയും ചെയ്തു. അതൊരു വിഡ്ഢിത്തമായി. സത്യ അതു മറ്റെന്തോ

ആക്കിയെടുത്തു ചിരിക്കുക തന്നെയാണ്. ഞാനവളോടു പിണങ്ങി ഒറ്റയ്ക്കു പുറപ്പെട്ടു.

കുമാരന്മാർ പുഷ്പവാടിയിലാണെന്നാണ് സത്യ പറഞ്ഞത്. പ്രഭാത പൂജയ്ക്കുള്ള പുഷ്പങ്ങൾ ശേഖരിക്കാൻ ഞാനും അവിടെയാണു പോകാറുള്ളത്. ഭൂമിയിൽ ഇതിലും മനോഹരമായ ഇടമുണ്ടോ എന്നു സംശയിച്ചിട്ടുണ്ട്. പതിഞ്ഞ താളത്തിൽ അപരിചിതനായ ആ കുമാരനെ നോക്കി നടന്നു.

ആരോ എന്റെ ചുവന്ന പനിനീർപ്പൂവിനു നേരെ കൈ നീട്ടുന്നതു കണ്ടു. എനിക്കവ സ്വന്തം സുഹൃത്തുക്കളാണ്. അരുതെന്നു പറയാനും അയാളെ ശകാരിക്കാനും പുറപ്പെട്ടു. പെട്ടെന്നു നിന്നുപോയി. അതവരായിരുന്നു. ഞാൻ തേടി വന്നവർ! ആരും പറഞ്ഞുതരാതെ തന്നെ എനിക്കതു മനസ്സിലായി.

എന്നെ കണ്ടിട്ടാകണം ആ കുമാരൻ തിരിഞ്ഞുനോക്കി. സത്യ പറഞ്ഞ കഥകൾ വിശ്വസിക്കാൻ ഞാൻ നിർബ്ബന്ധിതയായിപ്പോയി. അത്ര തേജസ്വിയായിരുന്നു ആ കുമാരൻ. സൂര്യനെപ്പോലെ വിടർന്ന തീക്ഷ്ണമായ, ഗംഭീരമായ മുഖം. ആ മുഖത്തെ പുഞ്ചിരിയും അത്യാകർഷകമായിരുന്നു. കാലം അങ്ങനെത്തന്നെ നിന്നുതന്നാൽ ഞാൻ ചിത്രമെഴുതിയേനെ! പക്ഷേ, കാറ്റ് ശ്രദ്ധയെ തിരിച്ചുകളഞ്ഞു.

കൂടെയുള്ള കുമാരനും സുന്ദരൻ തന്നെ. അതാകും അനുജൻ. ജ്യേഷ്ഠനെപ്പോലെ അത്ര ബലവാനായി തോന്നിയില്ല അനുജൻ. പക്ഷേ, അവനെയും ഒന്നു നോക്കിപ്പോകും. അവർക്കു വഴി കാണിക്കാനായി ഒരു ഭടനുണ്ടായിരുന്നു. അയാൾ ആദരപൂർവ്വം എന്നെ കാണിച്ചുകൊണ്ട് പരിചയപ്പെടുത്തി:

“ഇതാണ് ഞങ്ങളുടെ രാജകുമാരി സീത. മൈഥിലി, ജാനകി, വൈദേഹി എന്നെല്ലാം അറിയപ്പെടുന്നു.”

എത്ര വിചിത്രമായ ഒരു പരിചയപ്പെടുത്തൽ! അറിയപ്പെടാൻ മാത്രം എന്നിലെന്തിരിക്കുന്നു എന്നു ഞാനതിശയിച്ചു. കുമാരന്മാർ എന്നെ അഭിവാദ്യം ചെയ്തു, ഞാനവരെയും. കൂടുതൽ നേരം അപരിചിതരോടൊത്ത് ചെലവഴിക്കാൻ തോന്നിയില്ല. തുറിച്ചുനോട്ടം അവരെ അപഹസിക്കുന്നതിനു തുല്യമാകും. ഞാൻ വളരെ വേഗം കൊട്ടാരത്തിലേക്കു മടങ്ങി.

തിരിച്ചു ചെന്നപ്പോൾ അനുജത്തിമാരും സഖിമാരും ചർച്ചയിലാണ്. അസുഖകരമായി എന്തോ നടക്കുന്നതുപോലെ. ഞാൻ അവർക്കിടയിൽ സ്ഥാനംപിടിച്ചു. എന്നെ കണ്ടപ്പോൾ ജിജ്ഞാസയോടെ ഊർമ്മിള കുമാരന്മാരെക്കുറിച്ച് ആരാഞ്ഞു. ഞാനവരെ വിശദമായി വർണ്ണിച്ചു കൊടുത്തു. പിന്നെയാണ് വിശാഖ ആ സംശയം ഉന്നയിച്ചത്.

“ഈ കുമാരന്മാർ സീതയുടെ സ്വയംവരത്തിനു വന്നതാണോ?”

അതൊരു വലിയ ചോദ്യമായിരുന്നു. യാഗരക്ഷയ്ക്കു വന്ന കുമാരന്മാർ മിഥിലയിൽ വരേണ്ട കാരണം ഞാനും ഗഹനമായി ചിന്തിച്ചു. പക്ഷേ, അതിബലവാന്മാരെന്നു പറയുന്ന രാജാക്കന്മാർ പരാജിതരായിടത്ത് ഈ

കുമാരന്മാർ വിജയിക്കുക സാദ്ധ്യമാണോ?

അവർ പരസ്പരം ചോദ്യങ്ങൾ ഉന്നയിച്ചുകൊണ്ടേയിരിക്കുന്നു. എനിക്കൊരുത്സാഹം തോന്നിയില്ല. ഞാൻ അന്തപ്പുരത്തിലേക്കു നടന്നു.

ആ കുമാരൻ, ശ്രീരാമൻ ജയിക്കണമെന്നാണ് എന്റെ ആഗ്രഹം. മത്സരത്തിനു പങ്കെടുത്ത പല രാജാക്കന്മാരും വളരെയേറെ മുതിർന്നവരും അധാർമ്മികരുമാണ്. രാജശ്രീ ജനകന്റെ പുത്രിക്ക് അധർമ്മം ചിന്തിക്കുക കൂടി വയ്യ. അയോദ്ധ്യയാകട്ടെ സത്യനീതിധർമ്മങ്ങൾക്ക് പുകൾപെറ്റ രാജ്യം. ആ കുമാരൻ അതിസുന്ദരനും ബലവാനുമാണ്. മത്സരത്തിലദ്ദേഹം ജയിക്കുകയാണെങ്കിൽ സ്വയംവരത്തിന്റേത് മനോഹരമായ പരിസമാപ്തിയായിരിക്കും. മറിച്ചാണെങ്കിൽ... അതു ചിന്തിക്കാനേ കഴിഞ്ഞില്ല. അവ്യക്തമായ ചില കാരണങ്ങളാൽ ശ്രീരാമൻ വിജയിക്കും എന്ന് എന്റെ മനസ്സ് പറഞ്ഞു.

രാവിലെയാണ് സ്വയംവരച്ചടങ്ങുകൾ തുടങ്ങുക. നാഴികകൾ ഇനിയും ബാക്കി. ഞാൻ ജനാലയിലൂടെ പുറത്തേക്ക് നോക്കിക്കൊണ്ടു നിന്നു. പുഷ്പവാടി ഉറങ്ങിക്കിടക്കുകയാണ്, യാതൊരു ചലനവുമില്ലാതെ. അവിടെവെച്ചാണ് ആ കുമാരന്മാരെ കണ്ടുമുട്ടിയത്. അവർക്കു താമസമൊരുക്കിയ കൊട്ടാരമാകട്ടെ എന്റെ അന്തപ്പുരത്തിന് അഭിമുഖമായിട്ടാണ്. അവിടെയും ഒരാൾ പുറത്തേക്ക് കണ്ണുംനട്ടു നില്ക്കുന്നത് കണ്ടു. അത് അവരിൽ ഒരാളാകും. തങ്ങൾ എത്തിപ്പെട്ട പുതിയ രാജ്യത്തിന്റെ സൗന്ദര്യം നുകരുകയാകാം. അല്ലെങ്കിൽ നാളെയെക്കുറിച്ച് അവർക്കും ആശങ്കകൾ ഉണ്ടാകാം.

കൊട്ടാരം പൂർണ്ണമായും ഉറക്കത്തിലാകുംവരെ ഞാൻ ചിത്രമെഴുത്തിലായിരുന്നു. അച്ഛന്റെ രാജധാനി വരയ്ക്കുക എന്ന ആഗ്രഹം പൂർത്തീകരിക്കുകയായിരുന്നു. അത്ഭുതാവഹമെന്നോണം ആ ചിത്രം വളരെ വേഗം പൂർത്തിയാക്കപ്പെട്ടു. ചായക്കൂട്ടുകളുടെ പ്രിയങ്കരമായ ഗന്ധത്തിൽ വേഗം ഉറങ്ങിപ്പോയി.

പിറ്റേന്ന് എല്ലാവരും ചേർന്ന് എന്നെ നേരത്തേ എഴുന്നേല്പിച്ചു. സത്യത്തിൽ ഉറക്കം പിടിച്ചതേ ഉണ്ടായിരുന്നുള്ളൂ. അമ്മയാണ് ആദ്യം വന്നത്. അവരെന്റെ പുതിയ പട്ടുവസ്ത്രങ്ങൾ ഒരുക്കിവെച്ചു. അമ്മയ്ക്കു പിന്നാലെ വന്ന സഖിമാർ ആഭരണങ്ങളും എടുത്തുവെച്ചു. എന്റെ ഉറക്കം പോകാത്ത കണ്ണിന് ആശ്ചര്യം തോന്നി. ഇനിയും എഴുന്നേല്ക്കാത്ത മട്ടു കണ്ടപ്പോൾ അമ്മ കൈപിടിച്ചെഴുന്നേല്പിച്ചു.

"സീതേ, ഇന്നു നീ ഗൗരീപൂജയ്ക്കു പോകണം. ഇന്നു നടക്കുന്ന സ്വയംവരത്തിൽ നല്ല വരനെ കിട്ടണമേയെന്ന് പ്രാർത്ഥിക്കണം."

അപ്പോൾ അതാണു കാര്യം. അമ്മയുടെ ധൃതി അപ്പോഴാണ് മനസ്സിലായത്. ഞാനെഴുന്നേറ്റു. സ്നാനത്തിനുള്ള ഏർപ്പാടും ഏതാണ്ടു കഴിഞ്ഞിരുന്നു. ഊർമ്മിളയും മാണ്ഡവിയും ശ്രുതകീർത്തിയും ഉറക്കച്ചടവോടെ എനിക്കൊപ്പം പൂജയ്ക്കു തയ്യാറെടുത്തു.

കൊട്ടാരത്തിനകത്താണ് ഗൗരീക്ഷേത്രം. ആ ക്ഷേത്രം കണ്ടാൽ

ത്തന്നെ മനസ്സിൽ ഭക്തി തോന്നിപ്പോകും. മുത്തച്ഛന്റെ കാലത്താണ് ക്ഷേത്രത്തിന്റെ പണിതീർന്നത്. ക്ഷേത്രത്തിലെ ഗൗരീവിഗ്രഹം പൂർണ്ണമായും സ്വർണ്ണനിർമ്മിതമാണ്. കണ്ണഞ്ചിക്കുന്ന രത്നാഭരണങ്ങളും ദേവി അണിഞ്ഞിട്ടുണ്ട്.

സ്വയംവരം പ്രമാണിച്ച് എന്തെല്ലാമോ പൂജകൾ അവിടെ നടക്കുന്നുണ്ടായിരുന്നു. ഹോമകുണ്ഡങ്ങൾ എരിയുന്നതും കണ്ടു. പുരോഹിതന്മാർ സ്നേഹപൂർവ്വം എന്നെ ആശീർവദിച്ചു. സ്വയംവരവേദിയിൽ രക്തച്ചൊരിച്ചിലുകൾ നടന്ന കഥകൾ മനസ്സിലേക്കെത്തി. അത്തരം അനിഷ്ട സംഭവങ്ങൾ നടക്കരുതേയെന്നു ഞാൻ പ്രാർത്ഥിച്ചു. ജനകരാജധാനിയുടെ പവിത്രതയ്ക്കു യോജിച്ച ചടങ്ങായിരിക്കണം. പ്രാർത്ഥനയ്ക്കിടയിൽ രഘുരാമന്റെ മുഖവും മനസ്സിലേക്കെത്തി. പക്ഷേ, ആ കുമാരന്മാർ സ്വയംവരച്ചടങ്ങിനെത്തുമെന്ന് ഉറപ്പില്ലായിരുന്നു. എന്നിട്ടും ഞാൻ അദ്ദേഹത്തെ വിട്ടുകളഞ്ഞില്ല.

ക്ഷേത്രത്തിൽനിന്നു നേരെ രാജധാനിയിലേക്കാണു പോകേണ്ടിവന്നത്. അതങ്ങനെ വേണമെന്നു പുരോഹിതന്മാർ പറഞ്ഞു. എനിക്കൊപ്പം അനുജത്തിമാരും സഖിമാരും ഉണ്ടായിരുന്നു. അവരെന്നെ സഭയിലേക്ക് അനുഗമിച്ചു. അച്ഛന്റെ സഭയിലേക്കു പോകുമ്പോൾ ഞങ്ങളിത്ര നിശ്ശബ്ദത പാലിക്കുന്നത് ഇതാദ്യമായിട്ടാണ്. ആരുമാരോടും മിണ്ടിയില്ല. ഞങ്ങൾക്കെല്ലാം പക്വത വന്നപോലെ.

ഞാൻ കയറിച്ചെന്നപ്പോൾ കൊട്ടാരസചിവൻ ഉയർന്ന ശബ്ദത്തിൽ പറയുന്നതു കേട്ടു:

"ഇതാണു സീത, ഭൂഗർഭത്തിൽനിന്ന് മിഥിലയ്ക്കു കിട്ടിയ അമൂല്യ രത്നം. മിഥിലയുടെ ഐശ്വര്യവും അഭിമാനവുമായ രാജകുമാരി. മൂന്നു ലോകങ്ങളിലും അതിസുന്ദരി എന്നു കേൾവികേട്ട രാജകുമാരി. മഹാശിവന്റെ വില്ലു കുലയ്ക്കുന്ന വില്ലാളിക്ക് അവകാശപ്പെട്ടവൾ എന്നു നാരദ മഹർഷി അരുളിച്ചെയ്ത ലാവണ്യവതി."

അയാളുടെ ഉറക്കെയുള്ള പറച്ചിൽകേട്ട് ഞാൻ തലകുനിച്ചുപോയി. എന്നെക്കുറിച്ചു തന്നെയാണോ ഈ പറയുന്നത്! ആരുടെയും മുഖത്തു നോക്കി കാര്യം മനസ്സിലാക്കാൻ ധൈര്യം തോന്നിയില്ല. കുലഗുരുക്കന്മാരും അച്ഛനും പണ്ഡിതരും വിശിഷ്ടാതിഥികളുമുള്ള സദസ്സിനെ വന്ദിച്ചു. പിന്നെ, പതിവുസ്ഥാനത്ത് ഉപവിഷ്ടയായി.

അച്ഛൻ മല്ലന്മാർക്കു ത്രയംബകം കൊണ്ടുവരാനുള്ള ഉത്തരവു നല്കി. വിശിഷ്ടാഭരണങ്ങളണിഞ്ഞ രാജാക്കന്മാർ എന്നെ തുറിച്ചു നോക്കുന്നുണ്ട്. ക്ഷണിക്കപ്പെട്ട മാമുനിമാർ ശാന്തത കൈവന്ന മുഖവുമായി ശില്പങ്ങൾപോലെ ഇരിക്കുന്നു. രാജകുമാരിയുടെ സ്വയംവരച്ചടങ്ങു കാണാനെത്തിയ മിഥിലയിലെ സാധാരണക്കാരെയും കണ്ടു. പിന്നെ, ഞാൻ തേടിയ രഘുരാമനെയും കണ്ടു. മുതിർന്ന രാജാക്കന്മാർക്കിടയിൽ ഒരു സഭാകമ്പവും കൂടാതെ അക്ഷോഭ്യനായി ഇരിക്കുകയാണദ്ദേഹം. ലക്ഷ്മണനുമുണ്ട് കൂടെ. അവർക്കു സമീപമുള്ള ആ മഹർഷി വിശ്വാമി

ത്രൻ തന്നെയായിരിക്കണം.

ശൈവചാപം കൊണ്ടുവന്നു. സുഗന്ധപുഷ്പങ്ങളാൽ അലങ്കരിച്ച പേടകത്തിൽ വില്ലുവെച്ച് മല്ലന്മാർ അച്ഛനെ വണങ്ങി നിന്നു. ആയാസകരമായ ആ ജോലി അവരെ ശരിക്കും തളർത്തിക്കഴിഞ്ഞിരുന്നു. പരിക്ഷീണരായിട്ടാണ് അവർ മടങ്ങിയത്. അച്ഛനെന്തെങ്കിലും സംസാരിക്കും എന്നാണ് ഞാൻ കരുതിയത്. അതുണ്ടായില്ല. അദ്ദേഹം മഹർഷി വിശ്വാമിത്രനെ നോക്കുകമാത്രം ചെയ്തു. മഹർഷിയാകട്ടെ, കസേരവിട്ടെഴുന്നേറ്റ് സഭയുടെ മദ്ധ്യത്തിലേക്കു നിന്നു.

"ആരാദ്ധ്യനായ മിഥിലാധിപൻ, ഞാനിവിടെ വന്നത് ചില ഉദ്ദേശ്യങ്ങളുമായാണ്. എന്റെ യാഗം സംരക്ഷിച്ച ദശരഥകുമാരന്മാർക്ക് ശൈവചാപം കാണണമെന്ന ആഗ്രഹം ഉണ്ടായിരുന്നു. വീരശുല്ക്കമായി പ്രഖ്യാപിച്ചിട്ടുള്ള ഈ ചാപവുമായി പരിചയപ്പെടുവാൻ അവരെ അനുവദിച്ചാലും."

അച്ഛൻ വിനീതനായി കൈകൂപ്പി.

"മഹർഷേ, അങ്ങേക്ക് ആജ്ഞ നല്കേണ്ട കാര്യമേയുള്ളൂ. കുമാരന്മാർക്ക് ചാപം കാണാനും കൈകാര്യം ചെയ്യുവാനും അവകാശമുണ്ട്."

അച്ഛന്റെ അനുമതി കേട്ടപ്പോൾ ശ്രീരാമൻ എഴുന്നേറ്റു. അദ്ദേഹം ചാപത്തെ വന്ദിക്കുകയും തൊട്ടുതൊഴുകയും ചെയ്തു. രാജാക്കന്മാർക്കിടയിൽ പരിഹാസച്ചിരി ഉയർന്നത് ഞാൻ അസന്തുഷ്ടിയോടെ കണ്ടു. പലരും അദ്ദേഹത്തിന്റെ ബാലശരീരത്തെ പുച്ഛിക്കുന്നതു കേട്ടു. പക്ഷേ, യാതൊരു കൂസലുമില്ലാതെ കുമാരൻ ചാപം അനായാസമായി ഉയർത്തി. സഭ പെട്ടെന്നു നിശ്ശബ്ദമായി. വില്ലു കുലയേറ്റുവാനായി ഒരഗ്രം നിലത്തൂന്നി ഞാൺ വലിച്ചു. ഞാൻ അക്ഷമകൊണ്ടും ആവേശംകൊണ്ടും മുന്നോട്ടാഞ്ഞു. ഒരായിരം കണ്ണുകൾ ആ നേർത്ത ഞാണിന്മേൽ തറഞ്ഞു നിന്നു.

വല്ലാത്തൊരിടിമുഴക്കത്തോടെ ചാപം രണ്ടായി ഒടിഞ്ഞു. പലരും സഭയിൽ മോഹാലസ്യപ്പെട്ടു വീണു. ഭടന്റെ കൈയിൽനിന്നും ചാമരം നിലത്തേക്കു പതിച്ചു. സ്ത്രീകൾക്കിടയിൽനിന്ന് കുരവ മുഴങ്ങി. മുനിമാർ മംഗളാരവം മുഴക്കി. അവർ നടത്തിയ പുഷ്പവൃഷ്ടിക്കിടയിൽ പൊട്ടിയ വില്ലിന്റെ പാതിയേന്തിയ രഘുരാമൻ സദസ്സിനെ വിജയീഭാവത്തിൽ നോക്കിനിന്നു.

ഊർമ്മിളയുടെ കൈകൾ എന്നെ അമർത്തിപ്പിടിച്ചു. അവൾ കണ്ണുകൾ തുറിച്ചു നിന്നുപോയതാണ്. എന്റെ കണ്ണുകൾ തുറന്നുതന്നെയിരുന്നു. ആ കാഴ്ച വീണ്ടും വീണ്ടും കാണണമെന്നുണ്ടായിരുന്നു. പക്ഷേ, അതിനു മുൻപ് രഘുരാമനെ വരണമാല്യമർപ്പിക്കുവാൻ എന്റെ ശരീരം ചലിച്ചു തുടങ്ങി.

ഭാരമേറിയ ആ ഹാരം കൈയിൽ ആരാണു വെച്ചുതന്നതെന്ന് എനിക്കോർമ്മയില്ല. കനത്ത ഹാരം വഹിച്ച് അദ്ദേഹത്തിനരികിൽ എത്താൻ കഴിയുമോ എന്നും സംശയിച്ചില്ല. അഹങ്കാരം തകർന്ന് പുറംതോട് നഷ്ട

പ്പെട്ട രാജാക്കന്മാർ തലതാഴ്ത്തിയിരിക്കുകയാണ്. അവർക്കിടയിൽനിന്നു ഞാൻ കൈയടികൾ പ്രതീക്ഷിച്ചില്ല. അവർക്കു ചെയ്യാൻ കഴിയാത്ത കാര്യം ബാലനെന്ന് അധിക്ഷേപിക്കപ്പെട്ടവൻ ചെയ്തതുകൊണ്ടുണ്ടായ ഇച്ഛാഭംഗം അത്രയ്ക്കധികമായിരുന്നു. പലരും സഭ വിട്ടിറങ്ങിക്കഴിഞ്ഞിരുന്നു. അവരുടെ കപടാഭിമാനമാണ് രണ്ടായി മുറിഞ്ഞു വീണത്.

അച്ഛൻ വാത്സല്യപൂർവ്വം ഉറ്റുനോക്കുകയാണ്. അദ്ദേഹത്തിന്റെ കണ്ണുകൾ നിറഞ്ഞിരുന്നു. മകൾക്ക് അനുയോജ്യനായ വരനെക്കിട്ടിയ ആമോദം ആ മുഖത്ത് കളിയാടി. അമ്മയും സന്തോഷക്കണ്ണീരൊപ്പുന്നു. അവർക്കു വശങ്ങളിലായിരുന്ന കുലഗുരുക്കന്മാരും പുഞ്ചിരി പൊഴിച്ചു.

പ്രജകളും ഭടന്മാരും സ്ത്രീജനങ്ങളും ആർപ്പുവിളിച്ചു. മുനിമാർക്കിടയിൽനിന്നും അനുഗ്രഹനാദങ്ങളുയർന്നു. ഞാനപ്പോഴും മന്ദംമന്ദം നടക്കുക തന്നെയാണ്. ആ ദൂരം യുഗങ്ങൾകൊണ്ടാണ് അളക്കേണ്ടിവരിക. കൊട്ടാരക്കെട്ടുകൾ മുഴുവൻ ഓടിനടക്കാൻ നിമിഷങ്ങൾ മാത്രം വേണ്ടുന്ന സീത തന്റെ വരണമാല്യവുമായി ഇഴയുകയാണോ എന്നു തോന്നിപ്പോകും. പക്ഷേ, ആ നടത്തം ആസ്വാദ്യവും വർണ്ണനാതീതവുമായിരുന്നു.

രഘുരാമൻ എന്റെ വരവു നോക്കി പുഞ്ചിരി തൂകിക്കൊണ്ടു നിന്നു. ആ വില്ലിന്റെ പിടി അപ്പോഴും അദ്ദേഹം വിട്ടിരുന്നില്ല. മുടിയിഴകളിൽ പുഷ്പദളങ്ങൾ തങ്ങിനിന്നു. വിശാലമായ കണ്ണുകൾ എന്റെ നേരേ ഇമവെട്ടാതെ നോക്കി. അവയെന്നെ പരിഭ്രമിപ്പിക്കുകയും വൈകുന്നതിൽ പരിഭവം പറയുകയും ചെയ്തു.

ഒടുവിൽ സുദീർഘമായ യാത്രയ്ക്കുശേഷം ഞാനദ്ദേഹത്തിന്റെ തൊട്ടുമുന്നിലെത്തി. ഉയർന്നുനില്ക്കുന്ന ആ സുവർണ്ണവിഗ്രഹത്തിന് എങ്ങനെ മാലചാർത്തുമെന്നു ഞാനാശ്ചര്യപ്പെട്ടു. ഭാരക്കൂടുതലുള്ള ഹാരം ഉയർത്താൻ കൈകൾ അശക്തമെന്നു തോന്നി.

രഘുരാമൻ അഴകേറിയ ഒരു പുഞ്ചിരിയോടെ സുദൃഢമായ കഴുത്തു ചെരിച്ചുതന്നു. വളരെ കൃത്യമായി ആ മാല്യം ഞാനദ്ദേഹത്തിന് ചാർത്തി. ആ നിമിഷത്തിൽ ഇടതടവില്ലാതെ പുഷ്പദളങ്ങൾ വീണുകൊണ്ടിരുന്നു. കുരവയുടെ ശബ്ദം ആകാശത്തോളം ചെന്നെത്തി. അതിനിടയിൽ ആരുടെയും ശ്രദ്ധ ക്ഷണിക്കാതെ അദ്ദേഹത്തിന്റെ കൈയിൽനിന്നും വില്ല് നിലത്തേക്കൂർന്നു വീണു.

കൈയുയർത്തി അദ്ദേഹം എന്റെ കൈ പിടിച്ചു. അദ്ദേഹത്തിന്റെ കൈകൾ വളരെ മൃദുലമായിരുന്നു; തരളവും. ഞങ്ങൾ കൈകൾ ചേർത്തുപിടിച്ച് വിശ്വാമിത്ര മഹർഷിക്കു മുന്നിൽ അനുഗ്രഹം തേടി. അദ്ദേഹം ഞങ്ങളുടെ ശിരസ്സിൽ കൈവെച്ചനുഗ്രഹിച്ചു, "നന്ന്. എന്നും സന്തോഷമായിരിക്കട്ടെ."

ആ വാചകം എന്റെ ഉള്ളിൽ ഉറക്കെ പ്രതിദ്ധ്വനിച്ചു. രഘുരാമന്റെ കൈകളിൽ എന്റെ കൈ എന്നും സുരക്ഷിതമായിരിക്കും എന്ന് മനസ്സ് പറഞ്ഞു. ആശ്ചര്യമെന്നു പറയട്ടെ, രഘുരാമന്റെ കണ്ണുകൾ ആ നിമിഷം തന്നെ അതേയെന്ന് മറുപടി തന്നു.

രണ്ട്

സ്വയംവരച്ചടങ്ങുകൾക്കുശേഷം വളരെ പെട്ടെന്നുതന്നെ വിവാഹച്ചടങ്ങുകളും പൂർത്തിയായി. ഒന്നല്ല, നാലു വിവാഹങ്ങൾ നടന്നു. അതും രഘുരാമന്റെ നിർബ്ബന്ധം തന്നെയായിരുന്നു.

"വിവാഹം എന്നാൽ നാലുപേർക്കും ഒരുമിച്ച്," അദ്ദേഹം പറഞ്ഞു.

അപ്പോൾ പുരോഹിതൻ പ്രതികരിച്ചു: "അതിനെന്താ, ഇവിടെ നാലു കുമാരിമാരുമുണ്ടല്ലോ."

അങ്ങനെ ഞങ്ങൾ നാലുകുമാരിമാർക്കും നാലു വീര യുവരാജാക്കന്മാരെ ലഭിച്ച സന്തോഷത്തിൽ മിഥില സ്വർഗ്ഗതുല്യമായി.

അയോദ്ധ്യയിൽനിന്ന് കുമാരന്മാരുടെ വിവാഹത്തിനായി വലിയ ഒരു സംഘം എത്തിയിരുന്നു. അവരൊക്കെ ഒരുക്കങ്ങളിൽ വലിയ സഹായമായെന്നും മന്ത്രിമാർ അച്ഛനോടു പറയുന്നതു കേട്ടു. കൊട്ടാരത്തിലെങ്ങും ആഹ്ലാദത്തിന്റെ അലയൊലികൾ നിറഞ്ഞുനിന്നു.

അതിഗംഭീരമായ വിവാഹമായിരുന്നു. പട്ടുടയാടകൾ എന്നെത്തന്നെ അതിശയിപ്പിക്കുമാറ് പ്രഭ ചൊരിഞ്ഞു. രത്നാഭരണങ്ങൾ വഴിക്കു വെളിച്ചമായി. സഖിമാർ ഒരുപാടു നാഴികകൾ ചെലവഴിച്ചാണ് ഒരുക്കിയത്. കണ്ണുപറ്റാതിരിക്കുവാൻ അമ്മയുടെ വകയായി ഒരു കൺമഷി പ്രയോഗവും ഉണ്ടായിരുന്നു. എനിക്കൊപ്പം സഹോദരിമാരും അയോദ്ധ്യയിലേക്ക് വരുന്നു. എന്റെ സന്തോഷം പറഞ്ഞറിയിക്കാൻ കഴിയുന്നതല്ല. രഘുരാമന്റെ അഭിപ്രായ പ്രകടനം എത്ര ഉചിതമായി എന്നു വീണ്ടും വീണ്ടും ആലോചിച്ചു.

വിവാഹത്തിനുശേഷം ഞങ്ങൾ സകലരോടും യാത്രപറഞ്ഞു. പ്രിയപ്പെട്ട ബാല്യമാണ് പിന്നിൽ ഉപേക്ഷിക്കേണ്ടിവരുന്നത്. അച്ഛനോടൊപ്പമുള്ള യാത്രകളും സംവാദങ്ങളും ക്ഷീണിപ്പിക്കുന്ന നൃത്തച്ചുവടുകളും

ഇനിയില്ല. കൊട്ടാരത്തിന്റെ ഓരോ കോണിലും എന്റെ കണ്ണീരുവീണു. പക്ഷേ, പ്രതീക്ഷകൾ ഉള്ളിടത്തോളം മനുഷ്യർ ഭഗ്നാശരാകില്ല. അയോദ്ധ്യയുടെ കൊട്ടാരവും ഇതുപോലെയായിരിക്കും എന്ന ആശ എന്നെ തീർത്തും തളർത്തിയില്ല.

പല്ലക്കിലേക്ക് കയറ്റിയിരുത്തുമ്പോൾ അച്ഛൻ കൈയിൽ പിടിച്ചു. അച്ഛനു വിഷമമുണ്ട്. പക്ഷേ, അദ്ദേഹം ചിരിക്കാൻ ശ്രമിച്ചു. "കുലത്തിന്റെ അഭിമാനം ഉയർത്തിപ്പിടിക്കുക മകളേ, അയോദ്ധ്യയുടെ പ്രിയങ്കരിയാവുക."

അമ്മ അദ്ദേഹത്തെ സമാധാനിപ്പിക്കാനായി മെല്ലെ തോളിൽ കൈവെച്ചു. അമ്മ കൂടുതലൊന്നും പറഞ്ഞില്ല. പറയാനുള്ളതെല്ലാം കഴിഞ്ഞ ദിവസങ്ങളിൽ പറഞ്ഞുതീർത്തിരിക്കുന്നു.

ഭടന്മാർ പല്ലക്ക് പതിയേ ഉയർത്തിയപ്പോൾ ചാടിയിറങ്ങാനും അമ്മയുടെ നിലത്തിഴയുന്ന ചേലത്തുമ്പ് എടുത്തുകൊടുക്കാനും തോന്നി. പക്ഷേ, അത് അപശകുനമാകും. ഞാൻ നിശ്ചലയായിത്തന്നെ ഇരുന്നു. ഞാൻ വളർന്ന, എന്റെ ഏറ്റവും ഇഷ്ടപ്പെട്ട രാജധാനിയിൽനിന്നും പറിച്ചുമാറ്റപ്പെടുന്നു. പല്ലക്കിന്റെ ഗതിക്കനുസരിച്ച് മിഥിലയിൽനിന്നും അകറ്റപ്പെടുന്നു.

ശ്രമകരമായ ഒരു യാത്രയായിരുന്നു അത്. മിഥിലയിൽനിന്നും വളരെ അകലെയായിരുന്നു അയോദ്ധ്യ. ഇത്രയും വലിയ സംഘത്തിന് അയോദ്ധ്യയിലെത്തുക ദുഷ്കരംതന്നെ. ഇടയ്ക്കിടെ വിശ്രമിക്കുന്നതിനായി പലയിടങ്ങളിലും നിന്നു. അതിനിടയിലെപ്പോഴോ ഭാർഗ്ഗവരാമൻ വന്നതായും രഘുരാമനെ വെല്ലുവിളിച്ചതായും കേട്ടു. രാജകുമാരന്മാർ യാത്രചെയ്തത് സംഘത്തിന്റെ മുന്നിലായിരുന്നതിനാൽ വിശദമായ വിവരം ഞങ്ങൾക്കിടയിൽ ആർക്കും കിട്ടിയില്ല. എന്തുതന്നെയായാലും ഭാർഗ്ഗവരാമനു മുന്നിലും ആര്യപുത്രൻ വിജയിച്ചു എന്നത് എനിക്ക് അഭിമാനമേകി.

പതുക്കെയായിട്ടും യാത്ര പ്രതീക്ഷിച്ചതിനേക്കാൾ വേഗം അവസാനിച്ചു. സന്ധ്യയോടുകൂടി അയോദ്ധ്യയിലെത്തി. നഗരവീഥികളിൽ പുഷ്പദളങ്ങൾ തൂകിയിരുന്നു. ദീപാലംകൃതമായ വഴിത്താരകളിലൂടെ ഞങ്ങൾ കൊട്ടാരത്തിനു മുന്നിലെത്തിച്ചേർന്നു. രാജകുമാരിമാരെ കാണാനെത്തിയ ആൾക്കൂട്ടം ആരവങ്ങൾ മുഴക്കി.

രഘുരാമൻ പല്ലക്കിനരികിലേക്കു വന്നു. അദ്ദേഹമാണ് എന്നെ എഴുന്നേല്പിച്ചത്. ഞങ്ങൾ നാലു കുമാരിമാരും ഭർത്താക്കന്മാരോടൊത്ത് പ്രവേശനദ്വാരത്തിലെത്തി. അവിടെ ആരതിയുമായി മൂന്നമ്മമാർ നില്പുണ്ടായിരുന്നു. ത്രിമൂർത്തികളുടെ പത്നിമാർപോലെ ദേവീസൗന്ദര്യമാർന്ന മൂന്നമ്മമാർ. അവർ ഞങ്ങളെ സസ്നേഹം ആശീർവദിച്ച് അന്തപ്പുരത്തിലേക്ക് ആനയിച്ചു.

പുതിയ കൊട്ടാരത്തോടും അവിടത്തെ താമസക്കാരോടും ഒരപരിചിതത്വവും തോന്നിയില്ല. അവരെന്നെ വളരെയധികം ഇഷ്ടപ്പെടുന്നതായി എനിക്കു മനസ്സിലായി. ഞാനവരെയും സ്നേഹിച്ചുതുടങ്ങി. അയോദ്ധ്യക്കു

ഞങ്ങൾ വെറും പുത്രവധുക്കളല്ലെന്ന് അവരുടെ നോട്ടവും പെരുമാറ്റവും വിളിച്ചറിയിച്ചു.

മിഥിലയിൽനിന്ന് ഞങ്ങൾക്കൊപ്പം ചില പ്രായമായ ആയമാരും വന്നിട്ടുണ്ടായിരുന്നു. അവർക്കും അയോദ്ധ്യയിൽ ആദരം ലഭിച്ചു. കൊട്ടാരത്തിലെവിടെയും അസന്തുഷ്ടി ഉണ്ടായിരുന്നില്ല. എല്ലായിടത്തും ആളുകൾ സ്നേഹത്തോടെ, നന്മയോടെ, വാചാലരായി.

ഞങ്ങൾ രാജകുമാരിമാരെ താലോലിക്കുവാൻ അമ്മമാർക്കു താല്പര്യമായിരുന്നു. കൊട്ടാരത്തിൽ പെൺകുട്ടികൾ ഇല്ലാത്തതുകൊണ്ടുകൂടിയാണ് ഞങ്ങളോടിത്ര സ്നേഹമെന്ന് അമ്മമാർ പിന്നെയും പിന്നെയും പറഞ്ഞു. എന്റെ അമ്മയും ഇവരെപ്പോലെ കരുണാമയിയാണ്. പക്ഷേ, അവരെക്കുറിച്ചോർത്ത് ദുഃഖിക്കുവാൻപോലും ഈ അമ്മമാർ അനുവദിച്ചില്ല. അത്രയ്ക്കു സ്നേഹമാണവർ ഞങ്ങൾക്കു തന്നത്.

മഹാരാജാവും അങ്ങനെത്തന്നെ. കണ്ടാൽ പരുക്കനെന്നു തോന്നുമെങ്കിലും അച്ഛനെപ്പോലെ വാത്സല്യനിധിയാണദ്ദേഹവും. ഞങ്ങൾക്കിവിടെ സൗഖ്യമല്ലേയെന്ന് ഇടയ്ക്കിടെ ആരാഞ്ഞുകൊണ്ടിരുന്നു. അദ്ദേഹത്തിന്റേതായി ചില സമ്മാനപ്പൊതികളും ഇടയ്ക്കിടെ കിട്ടി. അദ്ദേഹത്തോടൊപ്പം സദാ നിഴൽപോലെ മന്ത്രിമുഖ്യൻ സുമന്ത്രരുണ്ടാകും. സുമന്ത്രർക്ക് സത്യയുടെ അച്ഛന്റെ അതേ മുഖമാണെന്ന് തോന്നിയിട്ടുണ്ട്. അയാളും വളരെ മാന്യതയും ബഹുമാനവും എനിക്കുതന്നു.

എന്തിനേറെപ്പറയുന്നു, കോപിഷ്ഠനെന്നു പറയപ്പെടുന്ന ഗുരു വസിഷ്ഠൻപോലും എന്നോടു സംഭാഷണം നടത്തിയിരുന്നു. അദ്ദേഹം വളരെ സൗമ്യനായിട്ടാണ് എനിക്കു തോന്നിയത്. വേദമുറങ്ങിക്കിടക്കുന്ന കണ്ണുകൾക്കു പിറകിൽ നർമ്മരസം തുളുമ്പിയിട്ടുണ്ടെന്നും ഞാനറിഞ്ഞു. തനിക്കേറെ പ്രിയപ്പെട്ട ശിഷ്യനാണ് രഘുരാമനെന്ന് എപ്പോൾ കണ്ടാലും അദ്ദേഹം പറഞ്ഞു.

ഗുരുപത്നി അരുന്ധതിയെ സന്ദർശിച്ച് അനുഗ്രഹം വാങ്ങാൻ ഞാനും ആര്യപുത്രനും പോയിരുന്നു. അവർ പുണ്യവതിയായ തപസ്വിനിയാണ്. അരുന്ധതിയുടെ അപദാനങ്ങൾ കേൾക്കാത്ത പെൺകുട്ടികൾ ഉണ്ടായിരുന്നില്ല. ആ മഹതിയെ ചെന്നു കാണുമ്പോൾ എന്റെ കണ്ണിൽ ഭക്തിയുടെ നനവുണ്ടായിരുന്നു.

കണ്ടപ്പോൾ അവർ അടുത്തേക്കു വന്നു. ആര്യപുത്രനെ നോക്കി ഒന്നു മന്ദഹസിച്ചു. എന്നിട്ട് എന്റെ തലയിൽ കൈവെച്ചു. ഒരു വിദ്യുത് പ്രവാഹം എനിക്കനുഭവപ്പെട്ടു; എന്തെല്ലാമോ ചില ശക്തികൾ ലഭിച്ചതുപോലെയും. അവർ കൈയെടുത്തപ്പോൾ ഉള്ളിൽ ആത്മധൈര്യം വന്നതുപോലെ.

ഞങ്ങൾ ചെന്നു കണ്ടതിൽ സന്തോഷമുണ്ടെന്ന് അവർ പറഞ്ഞു. സൗന്ദര്യത്തിന്റെ മങ്ങിത്തുടങ്ങിയ രേഖകൾ അവരുടെ മുഖത്തുണ്ടായിരുന്നു. സന്തോഷപൂർവ്വം ചില ദിവ്യാഭരണങ്ങൾകൂടി തന്ന് അവരെന്നെ അനുഗ്രഹിച്ചു. അവരുടെ അനുഗ്രഹത്തേക്കാൾ വലിയ സമ്മാനം ഇനി

യെന്തുണ്ടാകാൻ! കൃതാർത്ഥയായപോലെ എനിക്കുതോന്നി.

അയോദ്ധ്യയിലെ ശിവക്ഷേത്രത്തിലെ ഉത്സവത്തിനും പങ്കുകൊണ്ടു, ഞാൻ. വർണ്ണപ്പൊലിമയുള്ള ഭക്തിസാന്ദ്രമായ ഒരുത്സവം. അയോദ്ധ്യയിലെ സകല ജനവും അവിടെയുണ്ടായിരുന്നു. അവരും എന്നെ അളവറ്റ് സ്നേഹിക്കുന്നുണ്ടായിരുന്നു. ഉപഹാരങ്ങൾ വിതരണം ചെയ്യുവാൻ ഞാനും കൂടി. അപ്പോഴെല്ലാം ആ സാധാരണക്കാർ താണുവണങ്ങി. അവരുടെ ഇഷ്ടം തികച്ചും നിഷ്കളങ്കവും ആത്മാർത്ഥവുമാണെന്ന തിരിച്ചറിവ് പ്രത്യഭിവാദ്യം ചെയ്യുമ്പോൾ എനിക്കുണ്ടായി.

അത്ഭുതപ്പെടുത്തിയത് അവർക്ക് ആര്യപുത്രനോടുള്ള സ്നേഹമാണ്. അയോദ്ധ്യയിലെ ആബാലവൃദ്ധം ജനങ്ങളും അദ്ദേഹത്തെ സ്നേഹിച്ചു. അവർക്ക് അദ്ദേഹം മഹാവിഷ്ണുവായിരുന്നു. അവരുടെ ഓരോ കഥയിലും അയോദ്ധ്യയുടെ ഭാഗ്യമായ യുവരാജാവ് രാമൻ നിറഞ്ഞുനിന്നു. അവർ എന്നെ ഇഷ്ടപ്പെടുന്നത് ജനകപുത്രിയായിട്ടല്ല, രാമപത്നിയായിട്ടാണ്. കൊട്ടാരത്തിന്റെ എല്ലായിടത്തും രാമനെ കാത്തിരിക്കുന്നവർ ഉണ്ടായിരുന്നു. അദ്ദേഹം ചെന്നെത്തുമ്പോൾ അവർ സന്തോഷാശ്രുക്കൾ പൊഴിച്ചു.

ഈ സ്നേഹത്തിനെല്ലാം അദ്ദേഹം തികച്ചും അർഹനായിരുന്നു. ചുറ്റുമുള്ള സകലതിനോടും അദ്ദേഹത്തിന് ബഹുമാനമായിരുന്നു. എല്ലാവരോടും വിനയത്തോടെ പുഞ്ചിരിച്ചുകൊണ്ടാണ് അദ്ദേഹം സംസാരിച്ചിരുന്നത്. മഹാരാജാവിന് രാമൻ പ്രാണനായിരുന്നു. മൂന്നമ്മമാർക്കും അദ്ദേഹം മറ്റു മക്കളേക്കാളേറെ പ്രിയപ്പെട്ടവനാണ്. മന്ത്രിമാർ അദ്ദേഹത്തെ ഇപ്പോഴേ മഹാരാജാവായി കണ്ടുതുടങ്ങിയിട്ടുണ്ട്.

ആര്യപുത്രൻ ഒരു വിചിത്രതരക്കാരനാണ്. എല്ലാവരിൽനിന്നും വിഭിന്നൻ. അദ്ദേഹത്തെ കാണുമ്പോഴെല്ലാം ആ മുഖത്ത് പുഞ്ചിരിയുണ്ടാകും. കണ്ണുകളിൽ വെളിച്ചമൊഴുകും. അതിരാവിലെ എഴുന്നേറ്റ് ആയുധാഭ്യാസങ്ങൾ കഴിഞ്ഞ് പൂജകൾക്കുശേഷം അദ്ദേഹ സഭയിലേക്കു പോകും. മദ്ധ്യാഹ്നത്തിൽ മടങ്ങിയെത്തും. അന്തപ്പുരത്തിലെത്തിയാൽ ആദ്യം പോയിക്കാണുന്നത് അമ്മമാരെയാണ്. പിന്നെ, അദ്ദേഹം എനിക്കരികിലേക്കു വരും.

അദ്ദേഹത്തിന് എന്നോടുള്ള സ്നേഹക്കൂടുതൽ കൊട്ടാരത്തിൽ പാട്ടായിക്കഴിഞ്ഞു. രഘുരാമന് പുതിയ വിവാഹാലോചനയുമായി വന്ന ദൂതന്മാരെ സഭയിൽവെച്ച് നിരസിച്ചിരിക്കുന്നു, അദ്ദേഹം. സീതയെയല്ലാതെ മറ്റൊരുവളെയും പത്നിയാക്കാനാകില്ല എന്നും പ്രഖ്യാപിച്ചുവത്രേ. ഏകപത്നീ വ്രതനായിരിക്കുവാനാണ് അദ്ദേഹം ആഗ്രഹിക്കുന്നത്! ഈ വാർത്ത കൊണ്ടുവന്ന കൗസല്യാ മാതാവ് എന്നെ സ്നേഹപൂർവ്വം ഉമ്മവെക്കുകയും ചെയ്തു.

എനിക്ക് രാജസഭയുടെ വിശദീകരണം തരിക ആര്യപുത്രനിഷ്ടമായിരുന്നു. എന്നാൽ, തന്റെ പുതിയ ശപഥക്കാര്യം അദ്ദേഹം ഒളിച്ചുവെച്ചു. ഞാനങ്ങോട്ട് ചോദിച്ചപ്പോൾ അദ്ദേഹം ചെറുതായി ചിരിച്ചു.

"സ്ത്രീകൾ അന്തപ്പുരത്തിലും ദേവലോക രഹസ്യം അറിയുമോ?" പിന്നെ ഗൗരവത്തോടെ പറഞ്ഞു, "സീതേ, ഞാനൊരു രാജകുമാരനാണ്. എനിക്ക് ഒന്നിലേറെ വിവാഹം കഴിക്കാം. പക്ഷേ, ഞാനത് ചെയ്യില്ല. എന്തെന്നാൽ എനിക്ക് നിന്നെയല്ലാതെ മറ്റൊരു സ്ത്രീയെ ഒരിക്കലും സ്നേഹിക്കാൻ കഴിയില്ല."

അങ്ങനെയായിരുന്നു രഘുരാമൻ. അങ്ങനെയായതുകൊണ്ടാണ് ഓരോരുത്തരും അവരുടെ ഹൃദയം അദ്ദേഹത്തിൽ അർപ്പിച്ചത്. നല്ലൊരു കലാകാരൻ കൂടിയാണദ്ദേഹം. നന്നായി പാടുകയും വീണമീട്ടുകയും ചെയ്യും. അത്ഭുതപ്പെടുത്തിക്കൊണ്ട് എന്റെ ചില ചിത്രങ്ങളും അദ്ദേഹം വരച്ചു. ആ ചിത്രങ്ങളിലെ സീത വാസ്തവത്തിൽ എന്നേക്കാൾ സുന്ദരിയായിരുന്നു.

ഞാൻ നൃത്തമഭ്യസിച്ച കാര്യം അദ്ദേഹം എങ്ങനെയറിഞ്ഞു എന്നറിയില്ല. ഒരിക്കൽ എന്നോടൊരു ചുവട് ആവശ്യപ്പെട്ടു. നിർബ്ബന്ധിതയായപ്പോൾ ഞാൻ വഴങ്ങി. അദ്ദേഹം വീണ വായിക്കുകയും ഞാൻ നൃത്തം ചെയ്യുകയും ചെയ്തു. പിന്നീടത് പലപ്പോഴും ആവർത്തിച്ചു. അപ്പോഴെല്ലാം എനിക്കെന്തെന്നില്ലാത്ത ആഹ്ലാദം തോന്നിയിരുന്നു. അദ്ദേഹത്തിന്റെ മുഖത്തും അത് പ്രകടമായിരുന്നു.

ഏറെ താമസിയാതെ മഹാരാജാവ് പുത്രന്മാർക്കായി നാലു മണിമന്ദിരങ്ങൾ പണിഞ്ഞു. അമ്മമാരുടെയും മറ്റുള്ളവരുടെയും അനുവാദത്തോടെ ഞങ്ങളവിടേക്കു താമസമായി. കൊട്ടാരത്തിനു പിറകിലായി വിശാലമായ പൂന്തോപ്പിനു നടുവിലായിട്ടാണ് ആ കെട്ടിടങ്ങൾ പണിഞ്ഞത്. അവിടത്തെ താമസം പുഷ്പവാടിയുടെ സ്മരണകളുയർത്തി.

പണിതീർന്ന പുതിയ മന്ദിരത്തിലേക്ക് ഒരിക്കൽ അമ്മമാരും തോഴികളും വന്നു. ആര്യപുത്രൻ സഭയിൽ പോയതായിരുന്നു. ഞാനവരെ സ്വാഗതം ചെയ്ത് അകത്തേക്കാനയിച്ചു. ഗംഭീരമാണു വസതിയെന്ന് അവരെല്ലാം വിധിയെഴുതി. അപ്പോഴാണ് കൈകേയിയമ്മയുടെ കൂടെ ഒരു മുതിർന്ന സ്ത്രീയെ കണ്ടത്. അവർ നടക്കാൻ ബുദ്ധിമുട്ടുന്നതുപോലെ. ഞാൻ അവരെ പീഠത്തിലിരുത്തി. അവർക്ക് അമ്മമാരെക്കാളേറെ പ്രായമുണ്ടായിരുന്നു. കൈകേയിയമ്മ പറഞ്ഞു:

"സീതേ, ഇതാണു മന്ഥര. എന്റെ ആയയാണ്. നിന്നെ ഇതുവരെ കാണാൻ കിട്ടിയില്ലെന്ന സങ്കടം പറച്ചിൽ മാറ്റാൻ കൊണ്ടുവന്നതാണ്."

ഞാനവരെ പ്രണമിച്ചു. അവർ ഒന്നും മിണ്ടാതെ തുറിച്ചുനോക്കിക്കൊണ്ടിരുന്നു. അവരുടെ കൈയിലുണ്ടായിരുന്ന ഊന്നുവടി വിറയ്ക്കുന്നുണ്ടായിരുന്നു. നരച്ച മുടിയിഴകൾ കാറ്റത്ത് നെറ്റിയിലേക്കു ചാഞ്ഞു നിന്നു. അവരൊരു അഹങ്കാരപ്രകൃതിയാണോ എന്നു ഞാൻ സംശയിച്ചു. പിന്നെ സ്വയം ശാസിച്ചു - വളരെ മുതിർന്ന സ്ത്രീയാണവർ.

സ്ത്രീകൾ ഒത്തുചേരുമ്പോൾ വർത്തമാനം ദീർഘിക്കുന്നത് സ്വാഭാവികം മാത്രം. ഞങ്ങൾ സംസാരത്തിൽ മുഴുകിപ്പോയി. അപ്പോഴൊന്നും മന്ഥര മൗനം വെടിഞ്ഞില്ല. അവർ ഓരോരുത്തരെയും മാറിമാറി നോക്കി.

അപ്പോഴവിടേക്ക് ആര്യപുത്രൻ വന്നു. അദ്ദേഹം വന്നുവെന്ന് എങ്ങനെയോ എനിക്കു മനസ്സിലായി. തിരിഞ്ഞുനോക്കിയപ്പോൾ അദ്ദേഹം എന്നെ നോക്കി പുഞ്ചിരിക്കുകയാണ്.

എല്ലാവരെയും പ്രണമിച്ചശേഷം അദ്ദേഹം പുതിയ കൊട്ടാരത്തെക്കുറിച്ചുള്ള അഭിപ്രായം ആരാഞ്ഞു. മറുപടി കേട്ട് തൃപ്തനായപ്പോൾ മെല്ലെ കൈയിൽ പിടിച്ചു ചോദിച്ചു: “സീതേ, അതിഥിസൽക്കാരം യഥാവിധി നടത്തിയില്ലേ?”

ഞാൻ മറുപടി പറയുംമുൻപേ അമ്മമാർ തുടങ്ങിക്കഴിഞ്ഞു. അവരുടെ മകൾക്ക് ആതിഥ്യമര്യാദ ഇനിയാരും പഠിപ്പിക്കേണ്ടതില്ലെന്ന്. അന്തരീക്ഷത്തിൽ ചിരി നിറഞ്ഞപ്പോഴും മന്ഥര അനങ്ങിയില്ല. അവരുടെ മുഖം അപ്പോഴും നിർവ്വികാരം തന്നെ.

വന്നവർ യാത്ര പറഞ്ഞിറങ്ങിയപ്പോൾ ഞാൻ ശ്രദ്ധിച്ചു. ആ സ്ത്രീക്ക് മുടന്തുണ്ടായിരുന്നു. അതിനാലാണ് നടക്കുമ്പോൾ പ്രയാസപ്പെടുന്നത്. എന്റെ മുഖം കണ്ടിട്ടാവണം, രഘുരാമൻ ശബ്ദം താഴ്ത്തി ചെവിയിൽ പറഞ്ഞു, “അവരൊരു പ്രത്യേക സ്വഭാവക്കാരിയാണ്.”

എന്തോ, എനിക്കവരോട് യാതൊരു മമതയും തോന്നിയില്ല. അവരെന്തൊക്കെയോ കണക്കുകൂട്ടുന്ന തരമാണ് എന്നു തോന്നി.

ആ ദിവസത്തിനുശേഷമാണ് രഘുരാമന് ദൂതസന്ദേശം വന്നത്, ഭരതശത്രുഘ്നന്മാർ കേകയത്തേക്കു പോകുന്നുവെന്ന്. അദ്ദേഹത്തിന്റെ കണ്ഠമിടറി. അനുജന്മാരെ അത്രയ്ക്കിഷ്ടമാണ് രഘുരാമന്. ഭരത ശത്രുഘ്നന്മാരുടെ രഥം അകലുന്നതും നോക്കി കുറച്ചുനേരം അവിടെത്തന്നെ നിന്നുപോയി ആ ജ്യേഷ്ഠൻ. അവർ പോയതോടെ മാണ്ഡവിയെയും ശ്രുതകീർത്തിയെയും എന്റെ കൂടെ നിർത്തി.

മക്കളിരുവർ പോയതോടെ രാജ്യകാര്യങ്ങൾക്ക് മഹാരാജാവ് ആര്യപുത്രനെ കൂടുതൽ നേരം പിടിച്ചുനിർത്തി. അദ്ദേഹം ഉത്സാഹശീലനായതിനാൽ ഒന്നും വിരസമായി തോന്നില്ലല്ലോ! അച്ഛന്റെ വലംകൈയായി നിന്ന് ആര്യപുത്രൻ പ്രജാഹിതമനുസരിച്ചുള്ള പ്രവർത്തനങ്ങൾ കാഴ്ചവെച്ചു. അദ്ദേഹം ഒരു നല്ല ഭരണാധികാരിയാണെന്ന സ്വരം അയോദ്ധ്യ കീഴടക്കിയത് വളരെ പെട്ടെന്നാണ്. വിനീതനും വിദ്വാനും വിശുദ്ധനും വീരനും ധർമ്മിഷ്ഠനുമായ ആര്യപുത്രൻ ജനങ്ങൾക്ക് ഇപ്പോഴേ രാജാവായി മാറി.

മഹാരാജാവിനെ വാർദ്ധക്യം തളർത്തിത്തുടങ്ങിയിട്ടുണ്ട്. ജനങ്ങളിൽ ഉയരുന്ന രാമഭക്തിയും അദ്ദേഹം മനസ്സിലാക്കി. ആര്യപുത്രന്റെ അഭിഷേകം നിശ്ചയിക്കപ്പെട്ടത് അങ്ങനെയാണ്. വാർത്ത അന്തപ്പുരത്തിലെത്തിച്ചത് കൗസല്യാ മാതാവിന്റെ ദാസിയാണ്. ഞാനവർക്ക് കഴുത്തിലണിഞ്ഞ പവിഴമാല നല്കി. ഊർമ്മിള എന്നെ കെട്ടിപ്പിടിച്ച് “മഹാറാണീ സീതേ....” എന്നു വിളിച്ചു.

ആനന്ദത്തിന് അതിരുകളില്ലാതായി. ആര്യപുത്രൻ അയോദ്ധ്യയുടെ പരമാധികാരിയാകാൻ പോകുകയാണ്. എന്തുകൊണ്ടും നല്ല തീരുമാന

മാണ് മഹാരാജാവിന്റേത്. രഘുരാമനേക്കാൾ നല്ല ഭരണാധികാരിയാവാൻ ആർക്കും കഴിയില്ല. അത്രയ്ക്കു നീതിമാനാണ് അദ്ദേഹം.

അഭിഷേകവാർത്ത വന്ന അന്ന് അക്ഷമയോടെ അദ്ദേഹത്തെ കാത്തിരുന്നു. അദ്ദേഹത്തെ അഭിനന്ദിക്കാനായി പ്രിയപ്പെട്ട പലഹാരങ്ങളും ഒരുക്കിവെച്ചു. കുറച്ചു വൈകിയിട്ടാണെങ്കിലും മുഖത്ത് മായാത്ത ചിരിയുമായി ആര്യപുത്രൻ കടന്നെത്തി. എത്തിയ ഉടൻ എന്തോ പറയാനുണ്ടെന്ന മട്ടിൽ എനിക്കു നേരെ വന്നു. "അയോദ്ധ്യയുടെ ഭാവിരാജാവിന് സ്വാഗതം," ഞാൻ പറഞ്ഞു. അദ്ദേഹം അത്ര പ്രതീക്ഷിച്ചിരുന്നില്ല. തെല്ലൊരു അവിശ്വാസത്തോടെ നോക്കി. താലത്തിൽ വെച്ചിരിക്കുന്ന പലഹാരങ്ങൾ കൂടി കണ്ടതോടെ നിരാശനെപ്പോലെ തലകുലുക്കി, "ഞാൻ വൈകിപ്പോയി."

അന്നദ്ദേഹം വളരെയധികം സന്തോഷവാനായിത്തോന്നി. ചില വിശേഷങ്ങളായ രാഗങ്ങൾ വിപഞ്ചികയിൽ ആലപിച്ചു. എന്റെ പാചകത്തെക്കുറിച്ച് വാതോരാതെ പ്രശംസിച്ചു. പിന്നെ സ്നേഹധനനായ എന്റെ പതി എനിക്കൊരു പാദസരം സമ്മാനിച്ചു. വൈഡൂര്യക്കല്ലു പതിച്ച അതിമനോഹരമായ പാദസരം. എന്നിട്ടു പറഞ്ഞു, "എന്റെ റാണിയുടെ വരവറിയാനാണ്."

അഭിഷേകം നിശ്ചയിച്ച ദിവസം ഞാനാദ്യം ചെയ്തത് പഴയ പാദസരം ഉപേക്ഷിച്ച് പുതിയത് അണിയുകയാണ്. കർണ്ണാനന്ദകരമായ സംഗീതം പൊഴിച്ചുകൊണ്ട് അവ കാലിൽ വിലസി. അച്ഛൻ തന്നുവിട്ടതിൽ ഏറ്റവും ചാരുതയുള്ള ഉടയാടകൾ ഞാനണിഞ്ഞു. മഹാരാജാവു തന്ന ആഭരണങ്ങൾ ചാർത്തി. തോഴിമാരെയുംകൂട്ടി അമ്മമാരെ വന്ദിക്കുവാൻ പുറപ്പെട്ടു.

കൊട്ടാരം അഭിഷേകത്തിന്റെ തയ്യാറെടുപ്പുകളിലായിരുന്നു. പെരുംതൂണുകളെല്ലാം പുഷ്പാലംകൃതമായി. ദീപങ്ങൾ സകലവഴികളിലും കത്തിനിന്നു. തോരണങ്ങൾ തൂക്കിയ കമാനങ്ങൾ കൂടുതൽ തലയെടുപ്പോടെ നിന്നു. വാദ്യമേളങ്ങൾ ചുറ്റും ആവേശം വിതറി. എന്നെ കണ്ടപ്പോൾ ഏവരും സാദരം പ്രണമിച്ചു.

കൗസല്യാ മാതാവ് ഗാഢമായി ആശ്ലേഷിച്ചു. അവരുടെ ഹൃദയം സന്തോഷപ്പെരുമ്പറ കൊട്ടി. മറ്റിരുവരും ആഹ്ലാദത്തിൽത്തന്നെ. ചുവന്ന പട്ടുവസ്ത്രങ്ങൾ ധരിച്ച് മൂന്നമ്മമാരും കൊട്ടാരമാകെ മധുരം വിളമ്പി. ജ്യേഷ്ഠന്റെ സന്തോഷം പരമാനന്ദമായിക്കാണുന്ന സൗമിത്രി ഭക്ഷണം പോലും വെടിഞ്ഞുള്ള ഒരുക്കങ്ങളിലാണ്. സുമന്ത്രരാകട്ടെ മഹർഷിമാരെ സ്വാഗതം ചെയ്യുന്ന തിരക്കിലും.

ഞാൻ മഹാശിവക്ഷേത്രം സന്ദർശിക്കുവാൻ ആഗ്രഹിച്ചു. പുറപ്പെടുന്നതിനു മുമ്പ് കൗസല്യാ മാതാവ് പൂജയ്ക്കുള്ള താലം കൈയിൽ തന്നു. അവരുടെ കണ്ണുകൾ നിറഞ്ഞ് ആനന്ദത്തിന്റെ അശ്രു കവിളിണകളെ നനച്ചു. അമ്മയുടെ ആഗ്രഹവും കൂടിയറിഞ്ഞപ്പോൾ ഒട്ടും വൈകാതെ ക്ഷേത്രത്തിലേക്കു നടന്നു.

കൊട്ടാരത്തിന്റെ ദീർഘമായ ഇടനാഴികകളിലൊന്നിൽ ഒരു സ്ത്രീ ഞാനുമായി കൂട്ടിമുട്ടി. കൈയിൽനിന്നും താലം തെറിച്ചുപോയി. അതൊരു വൃദ്ധയായിരുന്നു. അവരുടെ മുഖത്ത് സ്വേദകണങ്ങൾ പൊടിഞ്ഞുനിന്നു. എന്നെയൊന്നു നോക്കുകയോ അവിവേകത്തിന് മാപ്പപേക്ഷിക്കുകയോ ചെയ്യാതെ അവർ ഊന്നുവടി കുനിഞ്ഞെടുത്തു. പിന്നെ എന്നെ രൂക്ഷമായി നോക്കിക്കൊണ്ട് അന്തപ്പുരത്തിലേക്ക് നടന്നകന്നു. അവർക്കു മുടന്തുണ്ടായിരുന്നു. മന്ഥര! മനസ്സിലേക്ക് പേരുവന്നത് ഏറെ വൈകിയിട്ടാണ്. അവർ തട്ടിയിട്ട താലം ഒരു ദുശ്ശകുനംപോലെ തോന്നി. ദുഃഖിതമായ മനസ്സുമായി ക്ഷേത്രദർശനം നടത്തേണ്ട. ഞാൻ അന്തപ്പുരത്തിലേക്കു മടങ്ങി.

അവിടെയുണ്ടായിരുന്ന ശിവലിംഗത്തിൽ വെളുത്ത പുഷ്പങ്ങൾ അർപ്പിച്ചു. ആര്യപുത്രന്റെ യശ്ശസ്സിനായി ഹൃദയംഗമമായി പ്രാർത്ഥിച്ചു. അദ്ദേഹം വരുമ്പോൾ അധികാരചിഹ്നങ്ങൾ അണിഞ്ഞിരിക്കും. കൂടുതൽ ഗൗരവം കാണിക്കുമോ? ഞാൻ വ്യാകുലതയോടെ പുറത്തേക്ക് കണ്ണും നട്ടിരുന്നു.

മന്ഥരയുടെ കൈയാൽ തട്ടിമറിക്കപ്പെട്ട താലത്തിന്റെ ഓർമ്മ എന്നെ നടുക്കി. അതു വരാനിരിക്കുന്ന എന്തോ ഒന്നിന്റെ സൂചനയായിരിക്കുമോ? കൊട്ടാരത്തിൽ മിഥിലയിൽനിന്നും വന്ന വൃദ്ധസ്ത്രീകളുണ്ട്. അവർക്ക് നിമിത്തശാസ്ത്രമറിയാം. അവരെ ചെന്നു കണ്ടാൽ എന്റെ തപ്തഹൃദയത്തിന് ആശ്വാസം കിട്ടിയേനെ. ആര്യപുത്രൻ വരുന്നതിനുമുമ്പ് അവിടെ വരെ പോകാൻ തീരുമാനിച്ചു.

വൈകിപ്പോയിരുന്നു. മന്ദഗതിയിൽ വരുന്ന ആര്യപുത്രനെ ഞാൻ കണ്ടു. അദ്ദേഹം ശിരസ്സു കുനിച്ച് അലസഭാവത്തോടെയാണ് വരുന്നത്. ഞാൻ ഞെട്ടി. അതു പതിവില്ലാത്തതാണ്. മുഖത്ത് മ്ലാനത. പതിവുള്ള പുഞ്ചിരി മാഞ്ഞുപോയതുപോലെ. അധികാര ചിഹ്നങ്ങൾ യാതൊന്നും അണിഞ്ഞിരുന്നില്ല. എന്തോ അരുതാത്തത് സംഭവിച്ചെന്ന് എനിക്കുറപ്പായി.

അന്തപ്പുരത്തിൽ ഞാൻ നില്ക്കുന്നുവെന്നുപോലും അദ്ദേഹമറിഞ്ഞില്ല. വന്നയുടൻ പീഠത്തിൽ ചിന്താകുലനായി പോയിരുന്നു. ഉത്തരീയമഴിച്ച് മറുപീഠത്തിലുമിട്ടു. തലയ്ക്കു കൈകൊടുത്ത് അദ്ദേഹമിരിക്കുന്നത് നോക്കിനില്ക്കാൻ കഴിഞ്ഞില്ല. പാദസരശബ്ദം പോലും കേൾപ്പിക്കാതെ അദ്ദേഹത്തിനു സമീപം ചെന്നു.

ആഭരണങ്ങളുടെ തിളക്കംകൊണ്ട് അദ്ദേഹം തലയുയർത്തി നോക്കി. ആ മുഖം വികാരശൂന്യമായിരുന്നു. കണ്ണുകൾ വറ്റിവരണ്ടിരുന്നു. എന്നെ ബലമായി പിടിച്ചിരുത്തി വേവലാതിയോടെ ചോദിച്ചു:

“സീതേ, നീ നടന്നതൊക്കെ അറിഞ്ഞുവോ?”

ഇല്ലെന്നു തലയാട്ടി. എന്തോ പറയാൻ ബുദ്ധിമുട്ടുന്നതുപോലെ അദ്ദേഹം കൈകൾ ഞെരിച്ചുകൊണ്ടിരിക്കുന്നു. ഞാൻ മനസ്സിനെ പാകപ്പെടുത്തുവാനായി അമ്മ പഠിപ്പിച്ചുതന്ന മന്ത്രങ്ങൾ ഓർത്തുനോക്കി.

എന്തുവന്നാലും ആര്യപുത്രന് താങ്ങായി നില്ക്കാനുള്ളതാണ്.

"സീതേ, അഭിഷേകം നടന്നില്ല. രാമാഭിഷേകം നടക്കുകയുമില്ല."

ആകാശത്ത് മിന്നൽപ്പിണരുകൾ മുഴങ്ങിയതായും സമുദ്രം ഗർജ്ജിക്കുന്നതായും എനിക്കനുഭവപ്പെട്ടു. അങ്ങനെയല്ലെന്നു പറയാനായി ആഞ്ഞപ്പോഴേക്കും അദ്ദേഹം ഹൃദയഭാരമിറക്കിവെക്കാൻ തുടങ്ങി.

"പണ്ട് ദേവാസുരയുദ്ധത്തിൽ അച്ഛൻ ദേവന്മാർക്കുവേണ്ടി പങ്കുകൊണ്ടിരുന്നു. അന്ന് കൈകേയി മാതാവും അദ്ദേഹത്തിനൊപ്പം പോയിരുന്നു. യുദ്ധരംഗത്ത് അവർ തന്ന പിന്തുണയ്ക്ക് എന്തുവേണമെങ്കിലും ചോദിച്ചോളാൻ അച്ഛൻ അവരോട് പറഞ്ഞു. പക്ഷേ, അന്നവർ ചോദിച്ചില്ല. ഇന്ന് ചോദിക്കുകയും ചെയ്തു."

ദേവാസുരയുദ്ധത്തിന് അഭിഷേക വിഘ്നവുമായുള്ള ബന്ധം എനിക്കു മനസ്സിലായില്ല. ജിജ്ഞാസയോടെ അദ്ദേഹത്തിന്റെ കണ്ണുകളിലേക്കു നോക്കി. ശബ്ദം നഷ്ടപ്പെട്ടുപോയ ആര്യപുത്രനോട് ഞാൻ പ്രണയപൂർവ്വം ചോദിച്ചു: "എന്താണവർ ആവശ്യപ്പെട്ടത്, പ്രഭോ?"

അദ്ദേഹം എന്റെ മുഖത്തുനിന്നു കണ്ണെടുത്തു. പിന്നെ വിങ്ങുന്ന ശബ്ദത്തിൽ സ്വയം ഉറപ്പാക്കാനെന്നോണം ഉറക്കെ പറഞ്ഞു, "അയോദ്ധ്യയുടെ രാജാധികാരം ഭരതനു നല്കണം. രാമൻ പതിനാലു വർഷം വനവാസം അനുഷ്ഠിക്കണം."

ദേഹമാസകലം വിറയ്ക്കുന്നതുപോലെ തോന്നി, കൈകേയി മാതാവ്! ഞാനല്പം മുൻപു കണ്ട കൈകേയി മാതാവ്! സ്വന്തം മകന്റെ അഭിഷേകമാണെന്നു വിളിച്ചുപറഞ്ഞ് സകലർക്കും മധുരമൂട്ടിയ കൈകേയി മാതാവ്! അവർതന്നെ ഈ ചടങ്ങു മുടക്കുകയോ? ഭരതനെക്കാൾ തനിക്കു പ്രിയപ്പെട്ടവനെന്ന് പ്രഖ്യാപിച്ച രഘുരാമനെ വനവാസത്തിനയക്കുകയോ?

"തളർന്നുപോയി സീതേ. അച്ഛന്റെ മുഖം കണ്ട് തളർന്നുപോയി ഞാൻ. അച്ഛനെന്നെ അത്രയ്ക്കു പ്രിയമാണ്. അമ്മയ്ക്കു കൊടുത്ത വാക്കും തെറ്റിക്കുമായിരുന്നു അദ്ദേഹം. പക്ഷേ, ഞാനതിനു സമ്മതിച്ചില്ല. പോകുകയാണു ഞാൻ. അമ്മയോടു സമ്മതം വാങ്ങിക്കഴിഞ്ഞു."

അദ്ദേഹത്തോട് എന്തൊക്കെയോ പറയണമെന്നുണ്ടായിരുന്നു. കൈകേയി മാതാവിന്റെ പുഞ്ചിരിക്കുന്ന മുഖമല്ലാതെ ഒന്നും തെളിഞ്ഞു വന്നില്ല. അവരുടെ പുഞ്ചിരിക്കൊരു കറുത്ത പശ്ചാത്തലമുണ്ടോ? സ്ത്രീയുടെ സൗന്ദര്യത്തിനു മുന്നിൽ രാജാവ് സ്വന്തം മകനെ കാട്ടിലേക്കെറിയുന്നുവോ?

"അമ്മയും ഒരുപാട് കരഞ്ഞു. ഒരുവിധമാണു ഞാൻ സമാധാനിപ്പിച്ചത്. അവർക്കിതൊന്നും താങ്ങാനാകില്ല. ഏറ്റവും കഷ്ടം അച്ഛന്റെ സ്ഥിതിതന്നെ. അയോദ്ധ്യ മുഴുവനും അദ്ദേഹത്തെ നിന്ദിക്കുന്നതു കേൾക്കാൻ വയ്യെനിക്ക്. ഇപ്പോൾത്തന്നെ പോകുകയാണ് ഞാൻ. ഭരതൻ വേഗം വരുമായിരിക്കും. അവൻ വന്നാൽ അമ്മയ്ക്കിത്തിരി ആശ്വാസമായിരിക്കും. പക്ഷേ, നിന്റെ കാര്യം ആലോചിക്കാനാകുന്നില്ലെനിക്ക്.

ഇത്രയും നാൾ നിന്നെ കാണാതെ കഴിയണമല്ലോ എന്ന ചിന്ത എന്നെ നീറ്റുന്നു. അതാകും വിധി. കൊട്ടാരത്തിൽ നീ സുഖമായിരിക്കട്ടെ സീതേ. നീ ദുഃഖിക്കരുത്, പതിനാലു വർഷം വളരെവേഗം കടന്നുപോകും."

രഘുരാമൻ ആശ്വാസവാക്കുകൾ കോരിച്ചൊരിഞ്ഞു. അദ്ദേഹം തികച്ചും വാഗ്മിയാണ്. പക്ഷേ, മധുരമൂട്ടിയ കൈകൾ വിഷം കൊടുക്കുന്ന കൊട്ടാരത്തിൽ സുഖിയായിരിക്കുന്നതെങ്ങനെ എന്ന് അദ്ദേഹം ആലോചിക്കുന്നില്ല. മനുഷ്യന്റെ മനസ്സ് പെരുമാറ്റത്തിൽ വായിച്ചെടുക്കാൻ കഴിയില്ല. രഘുരാമൻ പോയിക്കഴിഞ്ഞാൽ സീത ആശ്രയമില്ലാത്തവളാകും. പിന്നത്തെ ഗതി പ്രവചിക്കുക വയ്യ.

"ഭർത്താവിനെ സ്നേഹിക്കുകയും ബഹുമാനിക്കുകയും വിശ്വസിക്കുകയും ചെയ്യുക. അദ്ദേഹത്തിനൊപ്പം നില്ക്കുക, ഏതുവേളയിലും."

കൈപിടിച്ച് വിവാഹമണ്ഡപത്തിലിരുത്തുമ്പോൾ അമ്മ പറഞ്ഞ വാക്കുകൾ ഞാൻ കേട്ടു. ഇതെനിക്കുള്ള വെല്ലുവിളിയായിരിക്കും. ആര്യപുത്രനില്ലാത്ത അയോദ്ധ്യയായിരിക്കും സീതയ്ക്ക് അടവി. കണ്ണുനീരോടെ ഞാൻ ആര്യപുത്രനെ പറഞ്ഞുമനസ്സിലാക്കാൻ തുടങ്ങി.

"പ്രഭോ, ഞാനങ്ങയുടെ പത്നിയാണ്. രാമൻ വനവാസത്തിന് വിധേയനെങ്കിൽ സീതയും അങ്ങനെത്തന്നെ. എന്നെ ദയവായി കൂടെ കൊണ്ടുപോയാലും."

"ഇല്ല സീതേ, വനം കഠിനമാണ്. നിനക്കൊരിക്കലും വനവാസം കഴിയില്ല. നീയൊരു രാജകുമാരിയാണ്. കൊട്ടാരത്തിൽ വളർന്നു ശീലിച്ച നിന്നെ വനത്തിലേക്കു കൊണ്ടുപോയാൽ ലോകം എന്നെ പഴിക്കും. ക്രൂരരായ രാക്ഷസന്മാരുടെയും ഭയപ്പെടുത്തുന്ന ജീവികളുടെയും നടുവിലേക്ക് ഞാനെങ്ങനെ നിന്നെ കൊണ്ടുപോകും?"

അതു ചോദിക്കുമ്പോൾ അദ്ദേഹത്തിന്റെ തൊണ്ട ഇടറി. ഇത്രയും ഉത്തമനായ ഭർത്താവിനെ എങ്ങനെയാണ് പിരിഞ്ഞിരിക്കുവാൻ കഴിയുക? മനസ്സിന്റെ വേദന ഉറവയായൊഴുകി. കൈകൾ കൂപ്പി ദയനീയമായി ഞാനൊന്നുകൂടി ചോദിച്ചു:

"അങ്ങില്ലാത്ത കൊട്ടാരം സീതയ്ക്ക് വനത്തെക്കാളേറെ ദുഷ്കരമാണ് പ്രഭോ. അങ്ങൊപ്പമുണ്ടെങ്കിൽ ഞാൻ എന്തും നേരിടാൻ തയ്യാറാണ്. അനുനിമിഷം മനംമാറുന്ന കൊട്ടാരത്തിന്റെ ഇരുളറയിലേക്ക് എന്നെ വലിച്ചെറിയരുത്."

എന്റെ കൈകൾ കൈയിലെടുത്ത് പതിവുപോലെ താളത്തിലാട്ടിക്കൊണ്ട് രഘുരാമൻ ഗൗരവത്തോടെ സംസാരിച്ചു:

"സീതേ, കേവലമൊരു ബാലികയെപ്പോലെ സംസാരിക്കാതിരിക്കൂ. വനം നിന്നെപ്പോലുള്ള കുമാരിമാർക്ക് ദുസ്സഹം തന്നെ. ഇത്രയും സുന്ദരിയായ നിന്നെ കണ്ടാൽ രാക്ഷസന്മാർ തീർച്ചയായും ആക്രമിക്കും. എനിക്കു ഹിംസ ചെയ്യേണ്ടിവരും. ഏതു നിമിഷവും ആക്രമിക്കപ്പെടും എന്ന ചിന്തയാകും മനസ്സിൽ."

എനിക്കതിയായ കോപംവന്നു. ത്രയംബകം രണ്ടായി മുറിച്ച രഘു

രാമനാണ് പറയുന്നത്. എന്നെ കൊണ്ടുപോകാൻ തീരേ താല്പര്യമില്ലാത്തതുപോലെ. ഭരതന്റെ അടിമയായി പതിനാലു വർഷം കഴിയേണ്ടി വരും എന്ന ചിന്ത അഭിമാനബോധത്തെ മുറിവേല്പിച്ചു.

"ശ്രീരാമൻ കരുത്തനാണെന്ന ധാരണയിലാണ് മഹാനായ ജനക രാജാവ് അങ്ങേക്കു മകളെ നല്കിയത്. ആ രാജകുമാരനാണ് ഇപ്പോൾ ഭാര്യക്കു സംരക്ഷണം നല്കാൻ തനിക്കു കഴിയില്ലെന്നു പറയുന്നത്. ഭരതന്റെ ഭരണത്തിനു കീഴിൽ ഒരു പാവയായി മാറാൻ ജാനകിക്കു കഴിയില്ല. ഇവളിതാ ഈ നിമിഷം ജീവാഹുതി ചെയ്യുന്നതാണ്."

അപമാനചിന്തകൊണ്ട് എന്റെ ബോധം നഷ്ടപ്പെട്ടു. തലചുറ്റി വീഴുമായിരുന്നു. എന്നെ താങ്ങിയെടുക്കുമ്പോൾ ആര്യപുത്രൻ വിങ്ങിപ്പോയി. അദ്ദേഹം തരളമായ കൈകൾകൊണ്ട് കണ്ണീർ തുടച്ചുതന്നു.

"നീയും വരിക. രാമനും സീതയും വിഭിന്നരായിക്കഴിയേണ്ടവരല്ല. നമ്മൾ ഒന്നു തന്നെ ആയിരിക്കണം. പതിനാലു വർഷം നിന്നെ കാണാതെ കഴിയാൻ അല്ലെങ്കിലും എനിക്കാകുമോ സീതേ?"

അദ്ദേഹത്തിന്റെ വാക്കുകളിൽ നിറഞ്ഞുനിന്ന പ്രണയം എനിക്കു ശക്തി നല്കി. ഞാൻ മുഖം തുടച്ചു.

"വേഗം പുറപ്പെടാം. ദാനധർമ്മാദികൾക്ക് ഒരുങ്ങിക്കോളൂ ദേവീ."

അദ്ദേഹം പീഠത്തിൽനിന്ന് ഉത്തരീയമെടുത്ത് കനത്ത ചുവടുകളുമായി പുറത്തേക്ക് നടന്നു. ആ പോക്ക് ഞാൻ കുറച്ച് നേരം നോക്കിനിന്നുപോയി.

അയോദ്ധ്യയുടെ ആകാശം കലുഷമായിത്തുടങ്ങിയിരുന്നു. അവരുടെ ജീവനായ രാജകുമാരൻ അവന്റെ പ്രാണനായ രാജകുമാരിയെയും കൊണ്ട് വനത്തിലേക്കിറങ്ങുകയാണ്. ഭരതനു കൈകേയി മാതാവു വാങ്ങിക്കൊടുത്ത രാജ്യം അക്രമാസക്തവും ക്ഷുഭിതവുമാണ്. ഇതിനേക്കാൾ സുഖകരം വനംതന്നെയാകും. വിശേഷിച്ചും എനിക്കുവേണ്ടി എന്തും ത്യജിക്കുന്ന ആര്യപുത്രൻ കൂടെയുള്ളപ്പോൾ. ദാനകർമ്മങ്ങൾക്കായി തിരക്കിട്ട്, ഉയർന്നുവരുന്ന ചിന്തകളെ കുടഞ്ഞ് ഞാൻ ആര്യപുത്രനെ പിന്തുടർന്നു.

മൂന്ന്

സുമന്ത്രരുടെ രഥത്തിലിരുന്നു പിന്നോട്ടു നോക്കി. അയോദ്ധ്യ മുഴുവൻ ഞങ്ങൾക്കു പിന്നാലെ അലയൊലിയുമായി വരുന്നു. ഓരോരുത്തരും വാവിട്ടു കരയുന്നുണ്ടായിരുന്നു. "ഹേ രാമ" എന്ന ആർത്തനാദം മഹാരാജാവിന്റേതാണെന്ന് ഞാൻ തിരിച്ചറിഞ്ഞു. അദ്ദേഹം അകന്നുപോകുന്ന മകനെ കാണാനായി വാർദ്ധക്യാവശതകൾ വിസ്മരിച്ച് ഓടുകതന്നെയാണ്. കൗസല്യാ മാതാവും സുമിത്രാ മാതാവും അദ്ദേഹത്തിനു പിന്നിലുണ്ടായിരുന്നു. കൈകേയി മാതാവിനെ കാണുവാൻ കണ്ണുകൾ വിസമ്മതിച്ചു.

ഞാൻ ആര്യപുത്രനെ നോക്കി. ഇക്കഴിഞ്ഞ നാഴികകൾ സമ്മാനിച്ച കൊടുംസ്തോഭങ്ങൾ ആ കണ്ണുകളിലുണ്ടായിരുന്നില്ല. അവ ശാന്തമായിരുന്നു. വിദൂരതയിൽ നോക്കി അദ്ദേഹം വല്ക്കലത്തിനു ചേർന്ന ഗാംഭീര്യത്തോടെ ഇരുന്നു. ലക്ഷ്മണന്റെ അടക്കിപ്പിടിച്ച വിങ്ങലുകൾ കേട്ടു. കൊട്ടാരത്തിന്റെ അന്തപ്പുരത്തിൽ തേങ്ങുന്ന ഊർമ്മിളയെയും ഞാനറിഞ്ഞു.

മന്ഥര തട്ടിത്തെറിപ്പിച്ച താലം അയോദ്ധ്യയുടെ സന്തോഷമാണെന്ന് ഒരിക്കലും കരുതിയില്ല. വീണുചിതറിയ പുഷ്പഹാരങ്ങൾ ഒരു രാജ്യത്തിന്റെ അഖണ്ഡതയും ഐക്യവുമായിരുന്നു. കണ്ണു നിറഞ്ഞതുകൊണ്ടും പൊടി പാറുന്നതുകൊണ്ടും അവ്യക്തമായി കാണുന്ന ഈ ജനക്കൂട്ടത്തിന്റെ പ്രതീക്ഷകളാണ് വീണുടഞ്ഞത്. കൊട്ടാരത്തിന്റെ മറച്ചുവെക്കലുകളും മൂടിക്കെട്ടലുകളും ജനം കണ്ടെത്തി. അവർ തങ്ങളുടെ പ്രിയകുമാരനെ വീണ്ടെടുക്കാൻ എത്തുകയാണ്.

"സുമന്ത്രർ, രഥവേഗം കൂട്ടിയാലും. ജനങ്ങളെ ഇങ്ങനെ ദുഃഖിപ്പിക്കുന്നത് അസഹ്യമാണ്."

നിനച്ചതെല്ലാം തെറ്റ്. ആര്യപുത്രന്റെ ശബ്ദത്തിൽ ഇടർച്ചയുണ്ടായിരുന്നു. മറ്റാരേക്കാളും ആ ഹൃദയം വേദനിക്കുന്നു. ആശ്വസിപ്പിക്കുവാൻ എനിക്കറിയില്ല. അദ്ദേഹം കൈകൾ തേർത്തട്ടിൽ അമർത്തിപ്പിടിക്കുന്നതും നോക്കി ഞാൻ അനങ്ങാതിരുന്നു. പിന്നെ മനസ്സിന്റെ പെരുമ്പറ കൊട്ടൽ നിയന്ത്രിക്കാനായി പിന്നിട്ടുള്ള പാതകളിലേക്കു ശ്രദ്ധതിരിച്ചു.

മിഥിലയിൽ അച്ഛനൊപ്പം ഞാൻ രഥത്തിൽ യാത്ര ചെയ്യുമായിരുന്നു. ഈ യാത്ര പതിനാലു വർഷം കഴിഞ്ഞേ ഈ വീഥിയിൽ തിരിച്ചെത്തൂ. സുമന്ത്രർ രഥമോടിക്കുന്നതിൽ അതിവിദഗ്ദ്ധൻ തന്നെ. ഇത്ര വേഗത്തിൽ പായിച്ചിട്ടും ഞങ്ങളൊന്നു കുലുങ്ങിയതുപോലുമില്ല. ഈ രഥപാടവം കൊണ്ടാകാം അയോദ്ധ്യയിൽനിന്നു വളരെയകലെയുള്ള ശൃംഗിവേരപുരത്ത് വേഗത്തിൽ ഞങ്ങൾ എത്തിച്ചേർന്നതും.

അയോദ്ധ്യയിൽനിന്നും മിഥിലയിൽനിന്നും വ്യത്യസ്തമായിരുന്നു ശൃംഗിവേരപുരം. പുരുഷന്മാരാരുംതന്നെ ഉത്തരീയം ധരിച്ചിരുന്നില്ല. പാതയോരങ്ങളിലൊന്നും വഴിവിളക്കുകളും കണ്ടില്ല. പ്രാകൃതമായ രീതിയിൽ പെരുമാറുന്ന നിഷാദവർഗ്ഗക്കാരെ ഞാൻ അപരിചിതത്വത്തോടെ നോക്കിക്കണ്ടു. അവരുടെ രാജാവ് അവരിൽനിന്നും വളരെയേറെ ഭിന്നനായിത്തോന്നി. അയാൾ ഉത്തരീയം ധരിച്ചിരുന്നു. കണ്ഠഹാരവും ഉണ്ടായിരുന്നു. ഞങ്ങളെ സ്വീകരിക്കാനെത്തിയപ്പോൾ അയാൾ പെരുമാറിയതും ആര്യന്മാരുടെ വിധിപ്രകാരം തന്നെ.

"ഞാൻ ഗുഹൻ. ഇവരുടെ രാജാവാണ്. അയോദ്ധ്യാനന്ദനൻ ഇവിടെയെത്തും എന്നു ചാരന്മാർവഴി അറിഞ്ഞു. അങ്ങേക്ക് ശൃംഗിവേരപുരത്തേക്ക് സ്വാഗതം. ഞങ്ങളുടെ ആതിഥ്യം സ്വീകരിച്ചാലും."

അയാളുടെ സൗഹൃദ സംഭാഷണം ഞങ്ങളെ വല്ലാതെ ആകർഷിച്ചു. എന്നിരുന്നാലും വനവാസികളാകാനിരിക്കുന്ന ഞങ്ങൾക്ക് അയാളിൽനിന്നും ഒന്നും സ്വീകരിക്കാനാവില്ല. ഭഗ്നാശനായിപ്പോയ പുതിയ സുഹൃത്തിനെ ആലിംഗനം ചെയ്തുകൊണ്ട് രഘുരാമൻ ഞങ്ങൾക്കായി താപസവേഷം ആവശ്യപ്പെട്ടു.

മഹർഷിമാരെയും പതിവ്രതകളായ മഹർഷി പത്നിമാരെയും പരിചയമുള്ള എനിക്ക് അവരുടെ കാവിവസ്ത്രം എങ്ങനെ ധരിക്കണം എന്നറിയില്ലായിരുന്നു. മഹാരാജാവിന്റെ ആഗ്രഹമാണ് ഞാൻ വല്ക്കലം അണിയണ്ട എന്നത്. ലക്ഷ്മണനും ആര്യപുത്രനും വടക്ഷീരം ധരിക്കുന്നത് ഞാൻ കൗതുകത്തോടെ നിരീക്ഷിച്ചു. സ്വതവേ തേജസ്വിയായ രഘുരാമന് കാവിയുടെ തിളക്കം മാറ്റുകൂട്ടി. ലക്ഷ്മണൻ പുതിയ സാഹചര്യവുമായി അതിവേഗം പൊരുത്തപ്പെട്ടുകഴിഞ്ഞു.

വന്നെത്തിയ നഗരം ചുറ്റിക്കാണുവാനുള്ള സ്ത്രീ സഹജമായ ആഗ്രഹം എന്നിൽ വളർന്നു. വനവാസ മര്യാദകൾ പ്രകാരം അതു തെറ്റാണ്. അതുകൊണ്ട് രാമലക്ഷ്മണന്മാർ അദ്ധ്വാനിച്ച് പണിഞ്ഞ പർണ്ണശാലയിൽ കിടക്കേണ്ടിവന്നു. ഇനി പതിനാലു വർഷം ഇങ്ങനെയൊക്കെയായിരിക്കും എന്ന് ആ രാത്രി മനസ്സിനെ പഠിപ്പിച്ചു.

കൊട്ടാരത്തിലെ പതുപതുപ്പുള്ള മെത്തയിൽനിന്നും പെട്ടെന്നുള്ള മാറ്റം നിദ്രയ്ക്ക് നന്നായി തോന്നിയില്ല. ഉറക്കം തൊട്ടും തലോടിയും കടന്നുപോയി. യാത്രാക്ഷീണംകൊണ്ട് മതിമറന്ന് ഉറങ്ങാനും പറ്റില്ല. അതിരാവിലെ വനത്തിലേക്ക് പോകേണ്ടതുണ്ട്. യാതൊരസ്വസ്ഥതയും കൂടാതെ മന്ദഹാസത്തോടെ ഉറങ്ങുന്ന രഘുരാമനെ തിരിഞ്ഞുനോക്കാതെ തന്നെ മനസ്സിൽ കണ്ടു. എല്ലാവരുടെ മനസ്സും അത്രയും വിശാലമായിരുന്നെങ്കിൽ.

വരാനിരിക്കുന്ന കാലത്തെക്കുറിച്ചുള്ള ആലോചനകൾക്കിടയിൽ എപ്പോഴോ ഉറങ്ങിപ്പോയി. സ്വപ്നത്തിലേക്ക് ആരും കടന്നെത്തിയില്ല. പതിവുപോലുള്ള സംഗീതവും ഉണ്ടായില്ല. കേട്ടത് മറ്റെന്തെല്ലാമോ സ്വരങ്ങൾ. അവയുടെ മാധുര്യം എന്നെ നിദ്രയുടെ ചിന്തകൾക്ക് അവിടെ സ്ഥാനമേ ഇല്ലായിരുന്നു. രഘുരാമൻ തട്ടിയുണർത്തുംവരെ ഞാൻ കടുത്ത നിദ്രയിൽത്തന്നെയായിരുന്നു.

അദ്ദേഹം നേരത്തേ വിളിച്ചതു നന്നായി. ഗംഗാതരണത്തിനുള്ള ഒരുക്കങ്ങൾ തുടങ്ങേണ്ടിയിരുന്നു. സഹോദരന്മാർ ചേർന്ന് ചങ്ങാടമൊരുക്കവേ ഞാൻ ചില പുഷ്പങ്ങൾ ശേഖരിച്ചു. അവ ആവശ്യം വരും. ഗംഗ പുണ്യനദിയാണ്, ദേവിയാണ്. അവളെ പൂജിക്കാതെയുള്ള വനവാസാരംഭം അമംഗളമാകും. ഗംഗയെക്കുറിച്ചു കേട്ട കഥകളോരോന്നും മനസ്സിൽ ഓളങ്ങൾ സൃഷ്ടിച്ചു കടന്നുപോയി.

പ്രതീക്ഷിച്ചത്ര പ്രശാന്തയായിരുന്നില്ല ഗംഗ. ഞങ്ങളുടെ ചങ്ങാടം ഭയാനകമാംവിധം ആടിയുലഞ്ഞു. ലക്ഷ്മണനും ഗുഹരാജാവും ആഞ്ഞു തുഴഞ്ഞിട്ടും ഗതി നിയന്ത്രിക്കാനായില്ല. രഘുരാമനെപ്പോലെ മനോനില കൈവിടാതിരിക്കാൻ എനിക്കായില്ല. പൂജയ്ക്കായി പറിച്ചിരുന്ന പൂക്കൾ അർപ്പിച്ച് കോപമടക്കാൻ അവളോടു പ്രാർത്ഥിച്ചു. വിധിയുടെ നന്മയും പ്രാർത്ഥനയുംകൊണ്ട് അപകടങ്ങളില്ലാതെ ഞങ്ങൾ മറുകരയെത്തി.

വനവാസം തുടങ്ങുന്നത് ഇനിയാണ്. അതിനു മുൻപ് ഹൃദയഭേദകമായ യാത്രയയപ്പു നല്കുവാൻ ബാക്കിയുണ്ട്. അയോദ്ധ്യ മുതൽ ഞങ്ങളെ പിന്തുടരുകയാണ് സുമന്ത്രർ. ഒരു മന്ത്രിയായിട്ടല്ല, വഴികാട്ടിയും ഗുരുവുമായി. ആ മാന്യപുരുഷനെ പറഞ്ഞയക്കുമ്പോൾ എന്റെ മനസ്സു വിതുമ്പി. എത്ര സ്നേഹത്തോടെയാണ് ഈ ദൂരമത്രയും അയാൾ സഞ്ചരിച്ചത്! അച്ഛനമ്മമാർക്കുള്ള സന്ദേശം ചൊല്ലിയയക്കുമ്പോൾ ആര്യപുത്രനും വിതുമ്പിപ്പോയി. തലപ്പാവു കൈയിലെടുത്ത് ഒന്നും മിണ്ടാനാകാത്തപോലെ സുമന്ത്രർ ഞങ്ങളെ നോക്കി നിന്നു. പിന്നീട് കണ്ണീരടക്കിപ്പിടിച്ച് ചങ്ങാടത്തിൽ പോയിരുന്നു.

ആതിഥേയനായ ഗുഹരാജാവ് രാമലക്ഷ്ണന്മാരെ ഗാഢമായി ആലിംഗനം ചെയ്തു. ചുരുങ്ങിയ നാഴികകൾക്കുള്ളിൽ അവർക്കിടയിൽ ബലവത്തായ സൗഹൃദം വളർന്നിരുന്നു. വിടപറഞ്ഞ് ചങ്ങാടത്തിൽ കയറി പോകുന്ന രണ്ടു രൂപങ്ങളെയും ഞങ്ങൾ നോക്കിനിന്നു. നദി അവരെ ഞങ്ങളിൽനിന്നും വേർപ്പെടുത്തി, വിധിയെപ്പോലെ.

ചങ്ങാടം അകലെ മറഞ്ഞപ്പോൾ രഘുരാമൻ എന്റെ കൈയിൽ മൃദുവായി പിടിച്ചു. അതൊരു സൂചനയായിരുന്നു. ഇനിയും ദൂരേക്കു പോകാനുണ്ടെന്നുള്ള സൂചന. അയോദ്ധ്യ പിന്നിട്ടുകഴിഞ്ഞു. ശരിതന്നെ. വനം അപ്പോഴും അകലെത്തന്നെ. സകല സുഖഭോഗങ്ങളും വിസ്മരിച്ച് വന്യഭംഗി ആസ്വദിക്കാനുള്ള മനസ്സുമായി ഞാൻ തിരിഞ്ഞു.

ലക്ഷ്മണനും ആര്യപുത്രനുമിടയിലായിരുന്നു എന്റെ സ്ഥാനം. നടക്കുമ്പോൾ ഒരിക്കലും തിരിഞ്ഞ് ഗംഗയിലേക്ക് നോക്കാൻ തോന്നിയില്ല. ആ തിരിഞ്ഞുനോട്ടം വ്യർത്ഥമാണ്. പതിനാലുവർഷം തിരിഞ്ഞുനോക്കാനുള്ളതല്ല, മുന്നോട്ടു പോകലിന്റേതാണ്. മുന്നിലും പിന്നിലുമുള്ള രാജകുമാരന്മാർ പൂർണ്ണമായും താപസന്മാരായിക്കഴിഞ്ഞു. എനിക്കുള്ളിൽ മാത്രം മോഹങ്ങൾ ഉണ്ടാകാൻ പാടില്ല.

വനം കഠിനവും വിരസവുമാണെന്ന പറച്ചിൽ വാസ്തവ വിരുദ്ധമാണെന്ന് അന്നേ ഞാൻ തിരിച്ചറിഞ്ഞു. വനം സുന്ദരമാണ്, സ്വർഗ്ഗമാണ്. ഉയർന്നുപൊങ്ങിയ കൂറ്റൻവൃക്ഷങ്ങൾ സൂര്യന്റെ തീക്ഷ്ണകിരണങ്ങളെ ഒട്ടും കയറ്റിവിടുന്നില്ല. അവയ്ക്കുള്ളിൽ താമസിക്കുന്ന നൂറുനൂറായിരം കിളികൾ കർണ്ണാനന്ദകരമായ കൂജനം പൊഴിച്ചു. നിലത്തു വളർന്നിരുന്ന ചെറിയ ചെടികൾ വിവിധ വർണ്ണത്തിലുള്ള വിവിധങ്ങളായ പൂക്കൾ വഹിച്ചു. പൂമ്പാറ്റകളും വണ്ടുകളും എനിക്കു തൊട്ടരികിലൂടെ പറന്നു പോയി.

ലക്ഷ്മണൻ കൂടെയുള്ളതു നന്നായി. അവൻ നല്ല പ്രകൃത്യാസ്വാദകനാണ്. പുതിയതായി എന്തു കണ്ടാലും അപ്പോൾ വിളിച്ചു കാണിക്കും. ക്ഷീണമകറ്റുവാൻ പാറക്കെട്ടിലിരുന്നപ്പോൾ കുമ്പിളിൽ തേൻ കൊണ്ടുവന്നതും അവനാണ്. കരിയിലകൾവീണ് ലോലമായ വനഭൂമി കല്ലും മുള്ളും നിറഞ്ഞതേയല്ല. എവിടെനിന്നോ ഒഴുകിവന്ന ചോലകൾ ഞങ്ങളോട് എന്തൊക്കെയോ പറഞ്ഞു. അവ പാകപ്പെടുത്തിയ മിനുത്ത ശിലകൾ സ്പർശിച്ചാൽ നമുക്ക് ഇക്കിളിയാകും.

അറിഞ്ഞും അനുഭവിച്ചുമുള്ള ജീവിതമായിരുന്നു അത്. നടത്തത്തിനിടെ, മിഥിലായാത്രയ്ക്കിടയിൽ കണ്ടതെല്ലാം ആര്യപുത്രൻ വിവരിച്ചുതന്നു. അവർക്കിത് രണ്ടാം വനയാത്രയാണ്. പുണ്യഗ്രാമങ്ങളിൽ പെരുമാറേണ്ട രീതി ഉപദേശിക്കാൻ മറന്നില്ല അദ്ദേഹം. ആ വാക്കുകൾ ഭരദ്വാജാശ്രമത്തിൽ എത്തിയപ്പോൾ ഉപയോഗപ്പെട്ടു.

അവിടത്തെ മഹർഷിമാരിൽ ചിലർ പ്രത്യേക തരക്കാരായിരുന്നു. അവരോട് ആ വിധത്തിൽ പെരുമാറാൻ ഞാൻ പഠിച്ചു. യുവശിഷ്യന്മാരും ലക്ഷ്മണനും പണിതീർത്ത പർണ്ണശാലയിൽ ഞങ്ങൾ താമസം തുടങ്ങി. വളരെ ലളിതമായ വസതിയായിരുന്നു ഞങ്ങളുടേത്. ചമതയുടെ സുഖകരമായ ഗന്ധം അന്തരീക്ഷത്തെത്തന്നെ മനോഹരമാക്കിത്തീർത്തു.

മുറ്റത്ത് ഞാൻ നട്ടുവളർത്തിയ ചെടികൾ പൂവിട്ടു. അവിടെ ചിത്രശലഭങ്ങൾ സദാ വന്നുകൊണ്ടിരുന്നു. തൊട്ടിപ്പുറത്തെ സരസ്സ് വെളുത്ത താമരപ്പൂവുകൾകൊണ്ടു മൂടിക്കിടന്നു. അവിടെനിന്നാണ് പൂജയ്ക്കു താമര

പ്പൂക്കൾ പറിക്കാറ്. വണ്ടുകൾ നിറയുമെന്നതിനാൽ അതിരാവിലെ മാത്രമേ പൂക്കൾക്കായി അവിടെ പോകാൻ കഴിയൂ. ഉത്സാഹവാനായ ലക്ഷ്മണൻ മഹർഷിമാർക്കായി ഈ ഉത്തരവാദിത്വം സ്വയം ഏറ്റെടുത്തു.

ജീവിതം ഞാൻ ആസ്വദിക്കുകയായിരുന്നു. ഒരു നിമിഷവും പാഴാക്കാതെ സന്തോഷിക്കുകയായിരുന്നു. മുനിപത്നിമാർക്കൊപ്പം സമയം പോകുന്നതറിയില്ല. സന്ധ്യാപൂജയ്ക്കുശേഷം ഞങ്ങൾ പർണ്ണശാലയ്ക്കു പുറമേ വെറുതേയിരിക്കും; അയോദ്ധ്യയുടെ വാർത്തകൾ കേൾക്കാത്തതിന്റെ ആശങ്കകൾ പങ്കുവെക്കും.

അപ്പോഴൊന്നും ആര്യപുത്രൻ വിധിയെ പഴിച്ചില്ല. അദ്ദേഹം എന്നോടെങ്കിലും വേദന പങ്കുവെക്കുമെന്ന് ആദ്യം എനിക്കു തോന്നിയിരുന്നു. എന്നാൽ സംഭവിച്ചതിലൊന്നും അദ്ദേഹത്തിന് വേദനയില്ലെന്നു ഞാൻ മനസ്സിലാക്കി. അച്ഛനെക്കുറിച്ച് പറയുമ്പോൾ മാത്രം അദ്ദേഹം അസ്വസ്ഥനായി.

എങ്കിലും, ഭരതൻ മഹാരാജാവിന്റെ മരണവാർത്ത പറഞ്ഞപ്പോൾ അദ്ദേഹം പിടിച്ചുനില്ക്കുമെന്നു ഞാൻ കരുതി. അതുണ്ടായില്ല. അദ്ദേഹം തളർന്നുപോയി. മഹാബലനായ രഘുരാമൻ കുഴഞ്ഞുവീണു. അച്ഛനെ വിളിച്ച് ആർത്തുകരഞ്ഞു. ആ ഭാവമാറ്റം കണ്ട് അയോദ്ധ്യയിൽ നിന്നെത്തിയവർ മുഴുവൻ കരഞ്ഞു. പിതൃകർമ്മങ്ങൾ അനുഷ്ഠിക്കവേ, അദ്ദേഹം പിന്നെയും വിലപിച്ചു. അമ്മമാർക്കും അതു താങ്ങാനായില്ല.

ആ രഘുരാമനെയല്ല ഭരതനോടു സംസാരിക്കവേ കണ്ടത്. അദ്ദേഹം മനോബലം വീണ്ടെടുത്തു. ജ്യേഷ്ഠനില്ലാത്ത അയോദ്ധ്യ തനിക്കു വേണ്ടെന്നു പ്രഖ്യാപിച്ച് പ്രായോപവേശം ആരംഭിച്ച ഭരതനെ ആര്യപുത്രൻ ഭംഗിയായി കൈകാര്യം ചെയ്തു. അനുസരണയുള്ള തന്റെ അനുജനെ അദ്ദേഹം സ്നേഹത്തോടെ പറഞ്ഞയച്ചു. ജ്യേഷ്ഠന്റെ പാദുകവുമേന്തി ഭരതൻ നടന്നപ്പോൾ അദ്ദേഹം കണ്ണുകൾ തുടയ്ക്കുന്നത് ഞാൻ കണ്ടു. അത്രയ്ക്കു വാത്സല്യമാണ് ഭരതനോട്.

അയോദ്ധ്യയിലെ അതിഥികളെ സൽക്കരിക്കുന്ന തിരക്കിനിടയിൽ കൈകേയി മാതാവിനെ നിരീക്ഷിക്കാൻ ഞാൻ മറന്നില്ല. അവർക്കു ഭാവമാറ്റം ഉണ്ടോ എന്നറിയുക വളരെ നിർണ്ണായകമായിരുന്നു. അയോദ്ധ്യാരാജാവിന്റെ പ്രാണനായ കേകയപുത്രിയുടെ രൂപം അടിമുടി മാറിപ്പോയിരുന്നു. അവർ അധികം സംസാരിച്ചില്ല. എന്റെ നേർക്കു നോക്കിയതുപോലുമില്ല. ആഭരണങ്ങളോ അലങ്കാരങ്ങളോ അണിയാതിരുന്നിട്ടും അവർ ഒരു വിഗ്രഹംപോലെ തോന്നിച്ചു.

കൈകേയി മാതാവിന്റെ സംഘത്തിൽ മന്ഥരയുണ്ടോ എന്നും ഞാനന്വേഷിച്ചു. അവർ വന്നിട്ടില്ല. അഭിഷേകവിഘ്നത്തിനു കാരണക്കാരിയായ മന്ഥരയെ ഭരതൻ കൊട്ടാരത്തിൽനിന്നും പുറത്താക്കിയെന്ന് പിന്നീടറിഞ്ഞു. കോപിഷ്ഠനായ ശത്രുഘ്നൻ അവർക്കുനേരെ വാളോങ്ങിയത്രേ! ഭരതൻ തക്കസമയത്തിടപെട്ടില്ലായിരുന്നെങ്കിൽ ചെറിയ അനുജൻ സ്ത്രീവധം ചെയ്തേനേ. മന്ഥരയെ കൊന്നാൽ രാമജ്യേഷ്ഠൻ തിരിഞ്ഞു

നോക്കില്ലെന്നു പറഞ്ഞാണ് ഭരതൻ അനുജനെ പിന്തിരിപ്പിച്ചത്.

ആശ്രമത്തിന് അതിഥികൾ പുതുമയായിരുന്നു. അവരെ വരവേല്ക്കുവാനും സൽക്കരിക്കാനും താപസന്മാർ മുൻപന്തിയിലുണ്ടായിരുന്നു. മഹാരാജാവിന്റെ അന്ത്യകർമ്മങ്ങൾ നടത്തിക്കുവാനായി ശ്രേഷ്ഠപുരോഹിതന്മാർ അണിനിരന്നു. വിലപിക്കുന്നവർക്കിടയിൽ കൈകേയി മാതാവിന്റെ മുഖം വ്യക്തമായിക്കണ്ടു. ഉറക്കെ കരയാൻപോലും അവൾ അശക്തയായിരുന്നു. ആൾക്കൂട്ടത്തിനിടയിൽ അവരെ അവജ്ഞയോടെ നോക്കുന്ന ചില കണ്ണുകൾ.

ഒരു നിമിഷത്തെ അവിവേകത്തിന് അവർക്കു കനത്ത പിഴ കൊടുക്കേണ്ടിവന്നു. മഹാരാജാവ് മകനെപ്പിരിഞ്ഞ വേദനയിൽ പരലോകം പൂകി. കൊട്ടാരത്തിൽ ഒരു മുഖംപോലും അവർക്കുനേരെ പുഞ്ചിരിയുതിർത്തില്ല. ആർക്കുവേണ്ടിയാണോ ഈ രാജ്യം നേടിയെടുത്തത് ആ മകൻ പോലും അവരെ അംഗീകരിച്ചില്ല. രാക്ഷസി എന്നുവരെ വിളിച്ചിരിക്കുന്നു. എല്ലാവരാലും ഒറ്റയാക്കപ്പെട്ട് ആരും അടുത്തില്ലാതെ അവർ പിടയുകയാണ്. അവർക്കുനേരെ ഉയരുന്ന നോട്ടങ്ങളും വാക്കുകളും കയ്പു നിറഞ്ഞതാണ്.

സംസാരിക്കുമ്പോൾ കുറ്റബോധം കൊണ്ട് വീർപ്പുമുട്ടി. തൊഴുകൈയോടെ വിങ്ങിപ്പൊട്ടി.

“അമ്മയ്ക്കു മാപ്പു തരിക മകളേ. ഇതൊന്നും ഒരിക്കലും ആഗ്രഹിച്ചിരുന്നില്ല. അന്നങ്ങനെ സംഭവിച്ചുപോയി. നിനക്കൊരു മകൻ പിറന്നാലേ നിനക്കതറിയാൻ കഴിയൂ. എല്ലാം ഭരതനു വേണ്ടിയായിരുന്നു. ജനങ്ങളെ പേടിച്ചാണ് രാമനെ വനത്തിലയച്ചത്. രാമനെപ്പോഴും എനിക്ക് പ്രിയപ്പെട്ട മകനാണ്.”

വാക്കുകൾ കിട്ടാതെ ഉഴറുന്ന അമ്മയെ ഞാൻ കെട്ടിപ്പിടിച്ചു. അവർക്കിത്തിരി സാന്ത്വനമേകുവാനായി. കുറെ നാളുകളായി അടക്കിവെച്ചിരുന്ന ഭാരം പെയ്തൊഴിഞ്ഞപ്പോൾ അവർ ശാന്തയായി. വേദനയോടെ എന്നെ നോക്കി മിണ്ടാതെ നിന്നു. അവരുടെ നിറഞ്ഞ കണ്ണുകളിൽ ഭരതന്റെ തിരസ്കാരം വ്യക്തമായിരുന്നു.

കൈകേയി മാതാവിനെ കണ്ടശേഷം ഞാൻ ഭരതനെ പോയി കണ്ടു. രാമസ്നേഹത്തിന്റെ ഉദാത്തമായ ഉദാഹരണമാണ് ഭരതൻ. ജ്യേഷ്ഠന്റെ സകല ദൗർഭാഗ്യത്തിനും കാരണം തന്റെ പിറവിയാണെന്ന് അയാൾ പ്രഖ്യാപിച്ചുകഴിഞ്ഞു. രഘുരാമനെ സേവിക്കുന്ന ലക്ഷ്മണനാണ് ഏറ്റവും വലിയ ഭാഗ്യവാൻ. അമ്മയോടുള്ള സമീപനം മാറ്റുവാൻ ഭരതനെ സമ്മതിപ്പിക്കുവാനാണ് ഞാൻ ശ്രമിച്ചത്. ക്ഷമയോടെയും വിനയത്തോടെയും അവൻ എന്റെ വാക്കുകൾ ശ്രവിച്ചു.

“ജ്യേഷ്ഠത്തീ, ജ്യേഷ്ഠത്തിയുടെ മനസ്സും ജ്യേഷ്ഠന്റേതുപോലെ വലുതാണ്. അതുകൊണ്ടാണ് ക്ലേശകരമായ വനവാസം വിധിച്ച കൈകേയിക്കുവേണ്ടി ഇങ്ങനെ വാദിക്കാനാകുന്നത്. അമ്മ നേടിയെടുത്ത രാജ്യം എനിക്കു വേണ്ട. ജ്യേഷ്ഠനും ജ്യേഷ്ഠത്തിയും ലക്ഷ്മണനും തിരിച്ചു

വന്നാൽ മാത്രം മതിയെനിക്ക്. നിങ്ങളെനിക്ക് അമ്മയെപ്പോലെതന്നെ. ജ്യേഷ്ഠത്തിയുടെ വാക്ക് ഈ ഭരതൻ തെറ്റിനടക്കില്ല. അമ്മയോടു ഞാൻ തീർച്ചയായും മാപ്പു പറയും."

ഭരതൻ അപ്പോൾത്തന്നെ അമ്മയെ കാണുവാനായി നടന്നു. ഒരു നിമിഷംപോലും പാഴാക്കാതെ തീരുമാനങ്ങൾ നടപ്പാക്കുന്നത് നല്ല ഭരണാധികാരിയുടെ ലക്ഷണമാണ്. അതറിയുന്നതുകൊണ്ടാണ് ഭരതൻ തന്നെ രാജ്യകാര്യം ഏറ്റെടുക്കണമെന്ന് രഘുരാമൻ പറഞ്ഞത്. ധർമ്മിഷ്ഠനും ധീരനുമായ ഭരതൻ അമ്മമാരുടെയും സന്തോഷം ഉറപ്പുവരുത്തും.

തിരിച്ചുപോകാനിറങ്ങിയപ്പോൾ സകലരുടെയും കണ്ണുകൾ നിറഞ്ഞിരുന്നു. കൃതജ്ഞതയുടേതായ വിടവാങ്ങൽ ചുംബനം തന്നിട്ടാണ് കൈകേയി മാതാവ് പോയത്. ഭരതൻ അവരോട് എല്ലാം പറഞ്ഞിരിക്കുന്നു. ഓരോരുത്തരായി രഘുരാമനോട് യാത്ര പറഞ്ഞു. അദ്ദേഹം ഉള്ളിലുയർന്നു വരുന്ന വികാരക്ഷോഭങ്ങൾ നിയന്ത്രിച്ചുകൊണ്ട് യാത്രാനുമതി കൊടുത്തു.

യാത്രാസംഘം ശബ്ദ കോലാഹലങ്ങളോടുകൂടി മറഞ്ഞു. അവരുടെ വരവ് സ്വപ്നംപോലെ അവശേഷിച്ചു. മഹാരാജാവിന്റെ വിയോഗം ആര്യപുത്രന്റെ നിദ്ര കവർന്നു. രാത്രികളിൽ അച്ഛൻ തന്നെ ലാളിച്ച കഥകൾ പറഞ്ഞ് അദ്ദേഹം സമയംപോക്കി. ലക്ഷ്മണനനും സംസാരം നിലച്ചപോലെയായി.

ദിവസങ്ങൾ ഏറെ വേണ്ടിവന്നു എല്ലാം പഴയപോലെയാകാൻ. അതിഥി സൽക്കാരം ആശ്രമത്തിന്റെ നിശ്ശബ്ദതയെ പരിക്കേല്പിച്ചിരുന്നു. ആ മുറിവുകളുണങ്ങാൻ സമയമെടുത്തു. മനുഷ്യന്റെ ഏറ്റവും വലിയ സിദ്ധിയാണ് മറവി. മറവിയില്ലായിരുന്നെങ്കിൽ മനുഷ്യൻ നഷ്ടബോധത്തിനും നിരാശയ്ക്കും അടിമയായിപ്പോയേനെ. അച്ഛൻ ഇപ്പോഴില്ല എന്ന സത്യവുമായി ആര്യപുത്രൻ സന്ധിചെയ്തു. ദുഃഖദായകമായ സ്വപ്നങ്ങൾ അദ്ദേഹത്തെ അലട്ടാതെയായി.

ആശ്രമജീവികളായ മാൻ, മുയൽ തുടങ്ങിയവയുമായുള്ള ചങ്ങാത്തം എനിക്ക് രസകരമായി തോന്നി. നന്നായി ഇണങ്ങിയ പുലിക്കുട്ടിയെ ആര്യപുത്രൻ ഒരിക്കൽ കൊണ്ടുവന്നു. ഞാൻ വല്ലാതെ പേടിച്ചുപോയി. പക്ഷേ, അതിന്റെ സൗന്ദര്യവും ഇണക്കവും എന്റെ പേടി മാറ്റി. കൂസലില്ലാതെ ഞാൻ അതിനെ മടിയിൽ വെക്കാൻ തുടങ്ങി. പെട്ടെന്ന് വലുതായപ്പോൾ ലക്ഷ്മണൻ അതിനെ ഉൾക്കാട്ടിൽ കൊണ്ടുവിട്ടു. ആശ്രമജീവിതവുമായി അതിനെ കൂട്ടിയിണക്കുന്നതു ശരിയല്ല. അതിനൊരു സ്വതന്ത്ര ജീവിതമുണ്ടായിക്കോട്ടെ.

ആദ്യനാളുകളിൽ അയോദ്ധ്യയിൽനിന്നുള്ള വാർത്തകൾ കിട്ടുവാൻ ഞങ്ങൾ ഒന്നിച്ചിരിക്കുമ്പോൾ പ്രാർത്ഥിക്കുമായിരുന്നു. അവർ വന്നുപോയതിനുശേഷം കുറച്ചുനാൾ ആശങ്കകളേ ഇല്ലായിരുന്നു. പിന്നീട് ഒറ്റപ്പെട്ട സംഘങ്ങൾ ഞങ്ങളുടെ സൗഖ്യമാരാഞ്ഞു വരാൻ തുടങ്ങി. തുടർച്ചയായി അതിഥികൾ വരുന്നതിൽ ആശ്രമവാസികൾക്ക് അതൃപ്തി

യുണ്ടാകുമോ എന്നു ഞങ്ങൾ ശങ്കിച്ചു.

ആരും ഒരിക്കലും ഞങ്ങളോട് പരാതി പറഞ്ഞില്ല. എന്നാലും അവർക്ക് അസൗകര്യമുണ്ടാകുമെന്നു തോന്നിയപ്പോൾ അവിടം വിടുവാൻ നിനച്ചു. തീരുമാനം രഘുരാമന്റേതായിരുന്നു. ഇതിലും നല്ല വാസസ്ഥലം കണ്ടെത്തിയശേഷം മതി യാത്രയെന്നും അദ്ദേഹം ഉറപ്പിച്ചു. രാവിലെ താമരപ്പൂക്കളുമായി പോകുമ്പോൾ സംസാരിച്ചോളാമെന്ന് ലക്ഷ്മണൻ സമ്മതിച്ചു.

സുദീർഘമായ പകലായിരുന്നു അത്. ആര്യപുത്രനും ലക്ഷ്മണനും ഭരദ്വാജ മഹർഷിയെ സന്ദർശിക്കാൻ പോയതായിരുന്നു. മുറ്റത്ത് പൂവിട്ടു വിലസുന്ന ചെടികളെ ഞാൻ നോക്കി. എത്ര അദ്ധ്വാനിച്ചാണ് ഈ തോട്ടം വളർത്തിയത്! കാലിൽ ഉരുമ്മുന്ന മാൻകുഞ്ഞിനെ വിട്ടുപോകേണ്ടി വരുമെന്ന ചിന്തയും എന്നെ വേദനിപ്പിച്ചു. കൊട്ടാരത്തിന്റെ കൊത്തുപണികൾക്കു മുന്നിൽ നിസ്സാരമെങ്കിലും പർണ്ണശാലയുമായി വല്ലാത്തൊരു ആത്മബന്ധം വളർന്നിരുന്നു. അതെല്ലാം പിന്നിലുപേക്ഷിക്കേണ്ടിവരുന്നത് അസ്സഹനീയമായ ദുഃഖമാണ്. അതാകും വിധി.

വിധിയിൽ വിശ്വസിക്കുവാൻ തുടങ്ങിയത് ആര്യപുത്രന്റെ അഭിഷേകം മുടങ്ങിയ ദിവസമാണ്. രാജപദവിയേറേണ്ടിയിരുന്ന ആര്യപുത്രൻ വല്ക്കലം ധരിച്ചപ്പോൾ എല്ലാവരുമതിനെ ദുർവ്വിധി എന്നു വിളിച്ചു. രാജപത്നിയാകേണ്ടിയിരുന്ന ഞാൻ അദ്ദേഹത്തെ അനുഗമിച്ചപ്പോഴും എല്ലാവരും വിധിയെ പഴിച്ചു. അപ്പോഴാണ് ഞാനും ഒരു ആശ്വാസവാക്കായി വിധിയെ തെരഞ്ഞെടുത്തത്. നല്ലതോ ചീത്തയോ അപ്രതീക്ഷിതമോ ആയി എന്തു സംഭവിച്ചാലും അതു വിധിതന്നെ എന്നു മനസ്സിൽ പറഞ്ഞു.

കുറെനേരത്തെ കാത്തിരിപ്പിനു ശേഷമാണ് ലക്ഷ്മണനൊപ്പം ആര്യപുത്രൻ വന്നത്. അദ്ദേഹം എന്നത്തേയുംപോലെ പുഞ്ചിരിച്ചു. ലക്ഷ്മണനും നിധി കിട്ടിയ ഭാവത്തിൽ ചിരിച്ചു.

“സീതേ, നല്ലൊരിടം കണ്ടെത്തി. ആരും നമ്മെ തിരക്കി വരാത്ത, വനവാസത്തിനു പറ്റിയ ഇടം. അത്രിയും അഗസ്ത്യനും ധർമ്മദൂതനും തപം ചെയ്യുന്ന മണ്ണ്. ഇവിടെനിന്ന് ഏറെയകലെയാണ് ദണ്ഡകാരണ്യം. രാവിലെ പുറപ്പെടാം നമുക്ക്. ഒട്ടും താമസിക്കേണ്ടതില്ല.”

ആവേശംകൊണ്ട് അദ്ദേഹത്തിന്റെ ചില വാക്കുകൾ മങ്ങിപ്പോയി. യാത്രകൾ എന്നും ആര്യപുത്രന് ഹരംതന്നെ. ദൂരെ ചക്രവാളത്തിലേക്കു വിരൽചൂണ്ടി അദ്ദേഹം തുടർന്നു,

“ആ മലകൾ കടന്നുകഴിഞ്ഞാൽ ദണ്ഡകാരണ്യത്തിലെത്തും. അത്ര അടുത്തല്ല. അനസൂയാദേവിയെയും കാണാം നിനക്ക്. രാവിലെ മുനിപത്നിമാരോടെല്ലാം യാത്ര പറഞ്ഞോളൂ.”

ആര്യപുത്രൻ തയ്യാറെടുപ്പുകൾക്കായി ധൃതിയിൽ അകത്തേക്കു പോയി. പിന്നാലെ ലക്ഷ്മണനും. താഴ്ന്നുകൊണ്ടിരിക്കുന്ന സൂര്യബിംബത്തെ ഞാൻ ഇമവെട്ടാതെ നോക്കിനിന്നു. ദണ്ഡകാരണ്യം എന്ന പേരുപോലും സുഖകരമായി തോന്നിയില്ല. ആര്യപുത്രന്റെ സന്തോഷ

ത്തിനു മുൻപിൽ ഒന്നും പറഞ്ഞില്ലെന്നു മാത്രം.

ദുരന്തം കാത്തിരിക്കുന്നപോലെ സൂര്യൻ കറുത്തു. കരിക്കട്ട പോലുള്ള സൂര്യൻ! എന്നെ വിഭ്രാന്തിയിലാഴ്ത്തി ആ കറുത്ത സൂര്യൻ കറുത്ത മലയിടുക്കിലേക്ക് കൂപ്പുകുത്തി. അപ്പോഴും കൂടണയാത്ത ഒരു കിളി രോദനത്തോടെ കറുത്ത ആകാശത്ത് വട്ടമിട്ടുകൊണ്ടിരുന്നു.

നാല്

ദണ്ഡകാരണ്യത്തിലേക്കുള്ള വഴി എളുപ്പമായിരുന്നില്ല. വനവാസത്തിന്റെ ബുദ്ധിമുട്ടുകൾ മുഴുവൻ പ്രകൃതി ഒരുക്കിവെച്ചിരിക്കുന്നു. പാതയിൽ കൂർത്ത കല്ലുകൾ. അവയുടെ അഗ്രം വെയിലിൽ മിന്നിത്തിളങ്ങി. മരങ്ങളുടെ അസാന്നിദ്ധ്യം വെയിലിന്റെ കാഠിന്യം വർദ്ധിപ്പിച്ചു. ദാഹമകറ്റാൻ അരുവികളും കണ്ടില്ല. വല്ലാതെ ക്ഷീണിപ്പിച്ച യാത്ര.

കുറെക്കൂടി നടന്നപ്പോൾ പച്ചപ്പ് കണ്ടു. മരുഭൂവിനെക്കുറിച്ച് സഞ്ചാരികൾ പറഞ്ഞുകേട്ടിട്ടുണ്ട്. അവർക്ക് മരുപ്പച്ച കാണുമ്പോൾ തോന്നിയേക്കാവുന്ന സന്തോഷം എനിക്കുതോന്നി. എവിടെനിന്നോ ഞങ്ങൾ വെള്ളം കുടിച്ചു. പരിസരത്ത് ആശ്രമങ്ങളുണ്ടെന്നു സ്പഷ്ടം. അവ്യക്തമായ വേദോച്ചാരണങ്ങൾ ശ്രവിച്ചു. തളർച്ചയോടെയെങ്കിലും ശബ്ദ സ്രോതസ്സ് തിരക്കി ഞങ്ങൾ നടന്നു.

ഊഹം ശരിയായിരുന്നു. ഒന്നും രണ്ടുമല്ല, ഒട്ടേറെ ആശ്രമങ്ങൾ. ഇതുവരെ കാണാനില്ലായിരുന്ന ഹരിതശോഭ. മുറ്റത്ത് അനുസരണയോടെ കളിക്കുന്ന മൃഗങ്ങൾ. പിന്നിലുപേക്ഷിച്ചുവന്ന പർണ്ണശാലയുടെ ഓർമ്മകൾ തികട്ടിവന്നു.

"വന്നാലും. അത്ര്യാശ്രമത്തിലേക്കു സ്വാഗതം. ഗുരു പൂജയിലാണ്. ഇപ്പോൾ പുറത്തുവരും."

ഒരു താപസൻ ഞങ്ങളെ സ്വീകരിച്ചിരുത്തി. ആര്യപുത്രൻ പറഞ്ഞതുപോലെ ഞാൻ ദേവി അനസൂയയെ കാണാൻ പോകുന്നു. അതീവ ദേഷ്യക്കാരനും അതേസമയം പ്രസന്നവാനുമായ മഹർഷിയാണ് അത്രി. അദ്ദേഹത്തിന്റെ അപദാനങ്ങൾ ഏറെ കേട്ടിട്ടുണ്ട്. അക്ഷമ ബാധിക്കാതെ പ്രാർത്ഥനാ നിർഭരരായിട്ടാണ് ഞങ്ങൾ മഹർഷിയെ കാത്തിരുന്നത്.

പൂജ കഴിഞ്ഞ് അദ്ദേഹം അവിടേക്കു കടന്നുവന്നു. സൂര്യബിംബ

ത്തിനു പുറംതിരിഞ്ഞാണ് മഹർഷി വന്നത്. പ്രഭാകിരണങ്ങൾ അദ്ദേഹത്തിന്റെ കണ്ണുകളിൽനിന്നാണോ എന്നു സംശയിച്ചുപോയി. വശ്യമായ പുഞ്ചിരിയോടെ അദ്ദേഹം കുശലം ചോദിച്ചു:

"രാമാ, വനം സുഖകരം തന്നെയല്ലേ?"

ആര്യപുത്രൻ ഒന്നു ഞെട്ടി. മഹർഷി തിരിച്ചറിഞ്ഞതിൽ ആശ്ചര്യപ്പെട്ട ഞങ്ങളെയും അതേ ഭാവത്തിൽ നോക്കി. ആ ഞെട്ടൽ മഹർഷി നന്നായി ആസ്വദിച്ചുവെന്നു തോന്നുന്നു. ഉല്ലാസഭാവത്തിൽ ശിഷ്യനോട് പൊയ്ക്കൊള്ളുവാൻ പറഞ്ഞു. എന്നിട്ട് എന്നെയും സ്നേഹത്തോടെ നോക്കിക്കൊണ്ട് പറഞ്ഞു:

"സീതേ, മകളെ കാണുവാൻ അനസൂയ അകത്ത് കാത്തിരിക്കുന്നു. നിന്റെ കഥകൾ കേട്ട അവൾക്ക് നിന്നിൽ പ്രിയം തോന്നിയിട്ടുണ്ട്. അവരെ ചെന്നു കാണുക."

തല കുനിച്ച് ബഹുമാനപൂർവ്വം ആ വാക്കുകൾ സ്വീകരിച്ചു. മഹതിയായ അനസൂയാദേവി സീതയ്ക്കുവേണ്ടി കാത്തിരിക്കേണ്ട കാര്യമില്ല. ഞാനവർക്കുവേണ്ടിയാണ് കാത്തിരിക്കേണ്ടത്. എന്തിനായിരിക്കും അവർ എന്നെ കാണുവാൻ ആഗ്രഹിക്കുന്നത്? അത്ഭുതത്തോടെയും കൗതുകത്തോടെയും ഞാൻ ആശ്രമത്തിനകത്തേക്കു കടന്നു.

കേട്ട കഥകളിലെയത്ര സുന്ദരിയായിരിക്കുമോ അവർ?

അതിനകത്ത് ഒരു ദീപം ജ്വലിക്കുന്നുണ്ടായിരുന്നു. ഇരുട്ടിനെ മുഴുവനില്ലാതാക്കുവാൻ ആ ദീപം അശക്തമായിരുന്നു. കൊടുംകാട്ടിലെ കട്ടയിരുട്ടിൽ പാർക്കുന്ന മിന്നാമിനുങ്ങിനെ ഓർമ്മവന്നു. ആ ദീപത്തിനപ്പുറത്ത് കാവി ധരിച്ച് ഒരു സ്ത്രീ അനങ്ങാതെ ഇരിക്കുന്നു. ഇതുതന്നെയാകണം അനസൂയാദേവി. സംഭരിച്ച ധൈര്യവുമായി ഞാനവരെ പ്രണമിച്ചു. പ്രണമിച്ച ഉടനെ എന്നെ ആ വൃദ്ധതാപസി പിടിച്ചെഴുന്നേല്പിച്ചു.

"സീതേ, ഞാൻ നിന്നെ കാത്തിരിക്കുകയായിരുന്നു. കൊട്ടാരം വിട്ട് രാമനൊപ്പം കാട്ടിലേക്കിറങ്ങിയ നിനക്ക് എന്നും നല്ലതേ വരൂ. നിന്റെ പേര് എന്നെന്നും നിലനില്ക്കും."

ദീപത്തിന്റെ ഇത്തിരിവെട്ടത്തിൽ ഞാനവരുടെ മുഖം വ്യക്തമായി കണ്ടു. വാർദ്ധക്യം മുഖത്ത് രേഖകൾ ചമച്ചുവെങ്കിലും ആദ്ധ്യാത്മിക ദീപ്തി അവരുടെ മുഖത്തിന്റെ ശോഭ വർദ്ധിപ്പിച്ചിരുന്നു. സൗന്ദര്യത്തിന്റെ, തപസ്സിന്റെ ജീവിക്കുന്ന അടയാളമായിരുന്നു അവർ. ത്രിമൂർത്തികളെ ജയിച്ച, ക്ഷാമകാലത്ത് തപഃപ്രഭാവത്തിൽ സംസ്കൃതിയെ രക്ഷിച്ച സതീരത്നം. എന്റെ ജീവിതകഥ എന്നിൽനിന്നു കേൾക്കവേ, അവർ അതീവ സുന്ദരമായ മന്ദഹാസം തന്നു.

എത്ര നിരസിച്ചിട്ടും ദിവ്യാഭരണങ്ങളും ഉത്തമദുകൂലവും അംഗലേപനവും അവരെനിക്കു തന്നു. അവരുടെ ആഗ്രഹപ്രകാരം അന്നുരാത്രി ഞങ്ങളവിടെ തങ്ങി. മുനിമാരെ ഉപദ്രവിക്കുകയും വധിക്കുകയും ചെയ്യുന്ന രാക്ഷസന്മാരെക്കുറിച്ചുള്ള പേടിപ്പെടുത്തുന്ന കഥകൾ അവിടെനിന്നു കേട്ടു. ദണ്ഡകാരണ്യമാണ് രാക്ഷസന്മാരുടെ താവളം. എനിക്കു തെല്ലും

പേടി തോന്നിയില്ല. അതിബലവാനും കരുത്തനുമായ ആര്യപുത്രനും പരാക്രമിയായ സഹോദരനും എനിക്കൊപ്പമുണ്ട്.

ദണ്ഡകാരണ്യത്തിലേക്ക് അടുക്കുന്തോറും പാതയുടെ സൗന്ദര്യം കൂടിക്കൂടി വന്നു. കണ്ണെത്താദൂരംവരെ വളർന്നുവിലസുന്ന വൃക്ഷങ്ങൾ. നോക്കുന്നിടത്തെല്ലാം പൂത്ത ചെടികൾ. കായ്കനികൾ വിലസുന്ന ചെറുമരങ്ങൾ. സ്വച്ഛമായ സരോവരങ്ങൾ. പാർശ്വങ്ങളിലൂടെ കണ്ണഞ്ചിക്കും വേഗത്തിൽ പായുന്ന മാൻകുഞ്ഞുങ്ങൾ. അവ മേയുന്ന പുൽപ്പരപ്പുകൾ. ആസുരശക്തികൾക്ക് അവിടെ പ്രവേശിക്കാനേ കഴിയില്ലെന്നു തോന്നും.

ദണ്ഡകാരണ്യം ഭൂമിയിലെ സ്വർഗ്ഗമാണെന്ന് ലക്ഷ്മണൻ പറഞ്ഞുതീരും മുൻപേ ഞങ്ങൾ അപകടത്തിൽപ്പെട്ടു. തൊട്ടുമുൻപിലായി കാതടിപ്പിക്കുന്ന അട്ടഹാസം മുഴങ്ങി. ആര്യപുത്രൻ എന്നെ പിന്നിലേക്കു നീക്കിനിർത്തി. എന്റെ തുറിച്ച കണ്ണുകൾക്ക് കാണാൻ കഴിയുന്നതിലും വലിയ രൂപമായിരുന്നു അത്. ഒന്നേ നോക്കിയുള്ളൂ, ഞാൻ കൈകൾകൊണ്ട് മുഖം പൊത്തി.

ഭൂമി കിടുക്കുന്ന കാലടികൾ നേരേ വരികയാണെന്നു തോന്നി ഞാൻ കണ്ണു തുറന്നു. അത് എനിക്കരികിലേക്കു വരികയായിരുന്നു. സംഭീതയായി നിന്ന എന്റെ കൈ അത് പിടിച്ചുവലിച്ചു.

രാമപത്നിയെ തൊട്ടതിന്റെ ശിക്ഷ അപ്പോൾത്തന്നെ കിട്ടി. രഘുരാമനെ അത്രയും ക്രോധത്തിൽ കണ്ടിട്ടേയില്ല. അദ്ദേഹത്തിന്റെ ചിരിക്കുന്ന കണ്ണുകൾ ഇങ്ങനെ പേടിപ്പെടുത്തും വിധത്തിൽ മാറുമെന്ന് ആരു കണ്ടു! രാക്ഷസനെ വധിച്ച്, ഭീമാകാരമായ ദേഹവും മറവുചെയ്തിട്ടാണ് ഞങ്ങൾ പിന്നെ യാത്ര തുടർന്നത്.

യാത്രയിലുടനീളം രഘുരാമൻ മൗനിയായിരുന്നു. അദ്ദേഹത്തിന്റെ ക്രോധം തീർത്തും അവസാനിച്ചില്ല. ലക്ഷ്മണനെ എനിക്കു പിന്നിലാക്കി അദ്ദേഹം സ്വയം മുന്നിൽ നടന്നു. ആ മൗനം പിളർക്കുവാൻ എനിക്കോ സൗമിത്രിക്കോ കഴിഞ്ഞില്ല. പ്രകൃതിയുടെ കാഴ്ചവിരുന്നുകൾ ആസ്വദിച്ച് ഞങ്ങൾ നിശ്ശബ്ദരായി അദ്ദേഹത്തെ പിന്തുടർന്നു.

ശരഭംഗാശ്രമത്തിലെത്തി മഹർഷിയുമായി സംസാരിച്ചു കഴിഞ്ഞപ്പോഴാണ് രഘുരാമന്റെ ക്രോധമൊന്നടങ്ങിയത്. അദ്ദേഹം പഴയപോലെ പ്രശാന്തചിത്തനായിത്തീർന്നു. ശരഭംഗമുനി പറഞ്ഞതുപോല സുതീക്ഷ്ണാശ്രമത്തിലേക്കു തിരിക്കവേ, ആര്യപുത്രൻ ഫലിതങ്ങൾ പറഞ്ഞ് ഞങ്ങളെ പൊട്ടിച്ചിരിപ്പിച്ചു. അദ്ദേഹത്തിൽ വന്ന മാറ്റം സൗമിത്രിക്കും ഉന്മേഷമേകി. സുതീക്ഷ്ണാശ്രമത്തിലും ധർമ്മഭൂതിയാശ്രമത്തിലുമായി ഞങ്ങൾ താമസിച്ചു. മഹർഷിമാർക്കൊപ്പമുള്ള താമസം വളരെ രസകരവും ജ്ഞാനദായകവുമാണ്. നാം കരുതുന്നത്ര പരുക്കന്മാരല്ല മഹർഷിമാർ. പലരും നല്ല നർമ്മപ്രിയരുമാണ്.

പത്തുകൊല്ലം കടന്നുപോയത് പെട്ടെന്നാണ്. പ്രകൃതിയുടെയും ഋതുക്കളുടെയും മാറ്റം അലസമായി നോക്കിക്കാണുന്നവർക്ക് മന്ദമെന്നു തോന്നാം. പക്ഷേ, പ്രകൃതിയിൽ ജീവിക്കുന്നവർ, പ്രകൃതിയിൽ മുഴുകു

ന്നവർ ആ സമയം കണക്കാക്കുന്നതിൽ പരാജയപ്പെടും.

പത്തുവർഷം പൂർത്തിയായപ്പോൾ ഞങ്ങൾ അഗസ്ത്യ മഹർഷിയെ ചെന്നു കാണാൻ തീരുമാനിച്ചു. സുതീക്ഷ്ണമഹർഷിയുടെ ഗുരുവാണ ദ്ദേഹം. അദ്ദേഹത്തിനൊപ്പം പത്നി ലോപാമുദ്രയുമുണ്ടാകും. ഞങ്ങളുടെ തീരുമാനം അറിയിച്ചപ്പോൾ എല്ലാവരും പോകാനനുമതി തന്നു. അദ്ദേ ഹത്തെ കാണാതിരിക്കുന്നത് നിർഭാഗ്യമെന്നും പറഞ്ഞു.

മഹർഷിയെ കാണാനുള്ള ഔത്സുക്യംകൊണ്ട് യാത്ര അലോസര പ്പെടുത്തിയില്ല. സുതീക്ഷ്ണമഹർഷി പറഞ്ഞുതന്ന വഴികളിലൂടെ അതി വേഗം നടന്നു. അഗസ്ത്യാശ്രമത്തിന്റെ മങ്ങിയരൂപം കണ്ടപ്പോൾ വേഗത കൂടി. ഞങ്ങളുടെ വരവ് മുൻകൂട്ടി കണ്ടതുപോലെ ആശ്രമകവാടം അല ങ്കരിച്ചിരുന്നു. മഹർഷിയും അവിടെ നില്പുണ്ടായിരുന്നു. അദ്ദേഹത്തിനു പിന്നിൽ ആരതിയേന്തി ലോപാമുദ്രയും.

ആർഭാടപൂർണ്ണമായ ആ സ്വീകരണം ഞങ്ങളിൽ അമ്പരപ്പുളവാക്കി.

രഘുരാമന് ഇതിലും നല്ല സ്വീകരണം നല്കണമെന്നായിരുന്നെന്ന് മഹർഷിതന്നെ പറഞ്ഞു. ഞങ്ങൾ അദ്ദേഹത്തിന്റെ പ്രതീക്ഷിത അതിഥി കളാണത്രേ! മഹർഷി തുടർന്നു സംസാരിക്കവേ, മഹർഷീപത്നി എന്നെ അകത്തേക്കു ക്ഷണിച്ചു. എന്റെ വനാനുഭവങ്ങൾ അറിയുകയായിരുന്നു അവരുടെ ഉദ്ദേശ്യം. സംസാരത്തിലൂടെ, ഞങ്ങൾ ഒരേ ആശയക്കാരാ ണെന്ന് എനിക്കു തോന്നി.

ആ രാത്രി അവിടെ തങ്ങും എന്നായിരുന്നു കരുതിയത്. ആര്യപു ത്രന്റെ തീരുമാനം മറ്റൊന്നായിരുന്നു. രാക്ഷസന്മാരുടെ ഘോരശല്യത്തെ ക്കുറിച്ച് മഹർഷിയുടെ പരാതികൾ കേട്ടിരിക്കുന്നു അദ്ദേഹം. രാക്ഷസ നിഗ്രഹം നടത്തി മഹർഷിമാരെയും തപസ്സിനെയും രക്ഷിക്കാനുള്ള ചുമ തല രഘുരാമൻ ഏറ്റെടുത്തു കഴിഞ്ഞു. രാജാവിന്റെ കടമയാണത്. രാജ പത്നിയുടെ കടമ ഭർത്താവിന്റെ പ്രജാഹിത തീരുമാനങ്ങൾക്ക് പിന്തുണ യേകുകയാണ്. പഞ്ചവടിയിലേക്കുള്ള യാത്രയ്ക്ക് ഞാനും പൂർണ്ണസമ്മതം മൂളി.

രണ്ടു യോജന നടക്കേണ്ടിവന്നു, പഞ്ചവടിയിലെത്തുവാൻ. ഗോദാ വരീ തീരത്തെ സമൃദ്ധമായ പ്രദേശമാണ് പഞ്ചവടി. കോമളമായ അവി ടത്തെ കാഴ്ചകളാസ്വദിക്കാൻ രണ്ടിലേറെ കണ്ണുകൾ വേണ്ടിവരും. പുഷ്പിത സസ്യങ്ങളാൽ സമ്പന്നമായിരുന്നു പഞ്ചവടി. സരസ്സുകളിൽ ആമ്പലും താമരയും ഇടകലർന്നു വളർന്നു. നനുത്ത പച്ചയണിഞ്ഞ ഭൂമി. ഗോദാവരിയുടെ ഹൃദയസംഗീതം. പഞ്ചവടിയാണ് ഇതുവരെ കണ്ടതിൽ ഏറ്റവും ഗംഭീരമെന്ന് ഞാൻ സ്വയം തിരുത്തി. വിചിത്രങ്ങളായ പക്ഷി ക്കൂട്ടങ്ങളും അവിടെയുണ്ടായിരുന്നു.

തുറസ്സായ പ്രദേശം കണ്ടെത്തുവാൻ മെനക്കെടേണ്ടിവന്നില്ല. വൃക്ഷ ത്തടികൾ പാകപ്പെടുത്തി പർണ്ണശാല കെട്ടിയതും ദിവസങ്ങൾക്കുള്ളി ലാണ്. വിജനമായ ആ പ്രദേശം ആരെയും മത്തുപിടിപ്പിക്കും. പർണ്ണശാ ലയ്ക്കു ചുറ്റും പൂമരങ്ങളും ഫലവൃക്ഷങ്ങളും ഉണ്ടായിരുന്നു. അവയിൽ

ചേക്കേറിയ കുരുവിക്കൂട്ടങ്ങളുടെയും വിരുന്നുവന്ന മറ്റു പക്ഷികളുടെയും സംഗീതധാരയിൽ ഞങ്ങളുടെ ദിവസങ്ങളാരംഭിച്ചു. സന്ധ്യയുടെ ചുവപ്പ് രാത്രിയെ കൊണ്ടുവന്നു തരികയും ചെയ്തു.

പഞ്ചവടിയിൽ പല മാസങ്ങൾ കഴിഞ്ഞു. എന്നിട്ടും അവിടത്തെ പ്രകൃതി മുഴുവൻ കാണാനായില്ല. രാക്ഷസന്മാരുടെ പാപദൃഷ്ടിപോലും അവിടെ പതിച്ചില്ല. ഭരദ്വാജാശ്രമത്തിൽ ചെയ്തതുപോലെ മുറ്റത്തൊരു പുഷ്പവാടിയും വളർത്തിയെടുത്തു. പൂക്കളുടെ മധു നുകരാൻ ശലഭങ്ങൾ പലതരം വന്നു. അവ എന്നോട് ചിറകടിയിലൂടെ കിന്നാരം പറഞ്ഞു.

ഒന്നും ചെയ്യാനില്ലാതിരുന്ന ഒരു മദ്ധ്യാഹ്നത്തിൽ ഞങ്ങൾ മൂവരും പുഷ്പവാടിയിലിരുന്ന് സംസാരിക്കുകയായിരുന്നു. ലക്ഷ്മണൻ ഒരു വൃക്ഷശാഖയിലിരുന്ന് അയോദ്ധ്യയിൽ സംഭവിച്ചേക്കാവുന്ന മാറ്റങ്ങൾ വിസ്തരിച്ചു. അവന്റെ വർണ്ണനയിൽ മുഴുകിയിരിക്കുകയായിരുന്നു ഞങ്ങൾ. പെട്ടെന്ന് ലക്ഷ്മണൻ നിശ്ചലനായിപ്പോയി. പർണ്ണകുടീരത്തിന്റെ പാതയിലേക്കു നോക്കി അനങ്ങാതെയങ്ങനെ ഇരുന്നു. പിന്നെ അവിടേക്കു ചൂണ്ടിക്കാട്ടി.

ഒരു ലാവണ്യവതി നടന്നുവരുന്നുണ്ടായിരുന്നു. വരുന്ന വഴിയിൽ വെളിച്ചം വിതറുന്ന സുന്ദരനിർമ്മിതി. വനദേവതയാണോ എന്നു ഞാൻ സംശയിച്ചു. ആ രൂപം അത്ര മനോഹരമായിരുന്നു. ഞാൻ ആര്യപുത്രനെ നോക്കി. അദ്ദേഹം അവളുടെ സൗന്ദര്യത്തെ ഗൗനിക്കുന്ന മട്ടില്ല. എന്നെ തറപ്പിച്ചു നോക്കിക്കൊണ്ട് ദ്രുതഗതിയിൽ ലക്ഷ്മണനോടു പറയുകയായി:

"സൗമിത്രീ, ഈ കാനനത്തിൽ ഇത്ര മനോഹരിയായ ഒരുവൾ അസാദ്ധ്യം. വേഷം മാറിയ രാക്ഷസിയാകാം. നീ ഇവിടെത്തന്നെ ഇരിക്കുക. അതിഥിയെ സൽക്കരിക്കാൻ ഞങ്ങൾ പോകാം."

കാര്യഗൗരവം എനിക്കു പിടികിട്ടി. രഘുരാമനൊപ്പം പർണ്ണകുടീരത്തിനു മുന്നിലേക്കു ചെന്നു. അവളെ നോക്കുന്തോറും ആര്യപുത്രന്റെ നിഗമനം ശരിയാണെന്നെനിക്കു തോന്നി. വിജനതയിൽ ഭയമില്ലാതെ തീർത്തും അലസമായ മട്ടിലാണ് അവൾ നടന്നുവന്നത്. ഞങ്ങളെയൊന്ന് പ്രണമിക്കുകപോലും ചെയ്യാതെ അവൾ ആര്യപുത്രനോട് തീർത്തും മര്യാദകെട്ടവിധം പറയാൻ തുടങ്ങി:

"സുന്ദരനും കരുത്തനുമായ യുവാവേ, നിനക്ക് വനത്തിലെന്തു കാര്യം? ഈ പെണ്ണിനൊപ്പം ഇവിടെ താമസിക്കുന്നതെന്ത്? ഞാനാണിവിടം ഭരിക്കുന്ന ശൂർപ്പണഖ. നീ ആരായാലും എനിക്കു നിന്നെ ഇഷ്ടമായി. ഈ നിമിഷം എനിക്കൊപ്പം വരിക."

അവളുടെ തന്റേടത്തിൽ എനിക്ക് അതിയായ കോപം വന്നു. ഞാനവിടെ നില്പുണ്ടെന്ന ഭാവം പോലുമില്ലാതെ വളരെ താണരീതിയിലാണവൾ സംസാരിച്ചത്. രഘുരാമൻ ഒന്നു ചിരിച്ചു. എന്നിട്ട് എന്നെ ചേർത്തു പിടിച്ചു. അദ്ദേഹത്തിന്റെ മുഖത്തെ നർമ്മഭാവം എന്നെ അതിശയിപ്പിച്ചു.

"റാണീ, അവിടുന്നിതു കണ്ടില്ലേ? ഇവൾ എന്റെ പത്നിയാണ്. ജനസ്ഥാനറാണിയായ അങ്ങ് സപ്തനിയുടെ കൂടെ എങ്ങനെ കഴിയും! അത്

പദവിക്കുതന്നെ മോശമല്ലേ? എന്റെ അനുജൻ ലക്ഷ്മണൻ ആ വൃക്ഷശിഖരത്തിലിരിപ്പുണ്ട്. ദയവായി അവനെ സമീപിച്ചാലും. അവൻ കുറെക്കൂടി അനുരൂപനായിരിക്കും. ഭാര്യ കൂടെയില്ല താനും."

തന്റെ വാക്കുകൾ കേട്ട് ലക്ഷ്മണനെ സമീപിക്കുന്ന ശൂർപ്പണഖയെ നോക്കി രഘുരാമൻ ഊറിച്ചിരിച്ചു. എനിക്കും ഹരം തോന്നി. അവളുടെ മര്യാദക്കുറവിനെ പരിഹസിക്കുകയാണ് രഘുരാമൻ. ലക്ഷ്മണൻ എന്തു പ്രതികരിച്ചുവെന്നറിയില്ല. ശൂർപ്പണഖ പോയവേഗത്തിൽ തിരിച്ചെത്തി.

"രാമാ, ഞാൻ നിങ്ങളുടെ അനിയനോട് സംസാരിച്ചു. അയാൾ നിങ്ങളുടെ ഭൃത്യനെപ്പോലെയാണെന്നു പറഞ്ഞു. റാണിയുടെ ഭർത്താവ് ഭൃത്യനാവരുത്. അതുകൊണ്ട്, നിങ്ങൾ തന്നെ മതിയെനിക്ക്."

അവൾ ആര്യപുത്രന്റെ കൈ കടന്നുപിടിക്കാനോങ്ങി. ഒന്നു ഞെട്ടി പിന്മാറിയശേഷം ആര്യപുത്രൻ അവളെ ഉപദേശിച്ചു:

"ഭവതി അതൊന്നും കേട്ട് നിരാശപ്പെടരുത്. ലക്ഷ്മണൻ എന്നേക്കാൾ ചെറുപ്പമാണ്. സുന്ദരനും പരാക്രമിയുമാണ്. പിന്നെന്തിന് അവിടുന്ന് സപ്തനീശല്യം ചോദിച്ചുവാങ്ങുന്നു?"

കാര്യം ശരിയെന്ന മട്ടിൽ ശൂർപ്പണഖ പിന്നെയും ലക്ഷ്മണനരികിലേക്കു പോയി. ഒരു സ്ത്രീ ഇത്രയും തരംതാഴുമോ? ഞാൻ അവജ്ഞയോടെ, പുച്ഛത്തോടെ, അവളെ നോക്കി. സുന്ദരിയും ലക്ഷണയുക്തയുമാണ്. സൗശീല്യംകൂടി അവൾക്കുണ്ടായിരുന്നെങ്കിൽ! കഴിഞ്ഞ വർഷങ്ങൾ മഹർഷി പത്നിമാർക്കൊപ്പം ചെലവഴിച്ച എനിക്ക് ശൂർപ്പണഖയെ മനസ്സിലാക്കാനേ കഴിഞ്ഞില്ല. മനസ്സ് അവളെ കണ്ടെത്തുന്നതിന് വിസമ്മതിച്ചു.

ലക്ഷ്മണനെ വിട്ടുവന്നത് പഴയ ശൂർപ്പണഖയല്ല. ഘോരരൂപിണിയായി കൊടുങ്കാറ്റുപോലെ ഇരച്ചുകൊണ്ട് അവളെന്റെ നേരേ പാഞ്ഞടുത്തു. എന്റെ ചെവിയിൽ കാറ്റിരമ്പി. കണ്ണുകൾ വലുതാക്കി അവൾ വാപിളർന്നു. ഞങ്ങൾക്കിടയിലൂടെ ഒരു കരവാൾ മിന്നിത്തെറിച്ചു കടന്നുപോയി. ചോരയുടെ ചൂട് എന്റെ കവിളറിഞ്ഞു.

കണ്ണുകൾ ഞാൻ ഭയപ്പോടോടെ തുറന്നു. രഘുരാമൻ സഹതാപത്തോടെ നോക്കുന്നു.

വാൾ കൈയിലേന്തിയ ലക്ഷ്മണന്റെ രൗദ്രഭാവം. ലാവണ്യധാമമായി വന്ന് ഭയങ്കരിയായി മാറിയ ശൂർപ്പണഖ അവിടെയെങ്ങുമില്ല. അവളുടെ ദുർഗ്ഗന്ധ പൂർണ്ണമായ രക്തം എന്റെ വെളുത്ത പൂക്കളെ മലീമസമാക്കി. അവിടെ ശുദ്ധമാക്കാൻ സൗമിത്രി തന്നെ മുൻകൈയെടുത്തു.

രക്തം വീണ് അപവിത്രമായ വസ്ത്രം മാറി ഞാൻ പർണ്ണശാലയ്ക്ക് പുറത്തേക്കിറങ്ങുകയായിരുന്നു. യുദ്ധകാഹളം മുഴക്കിവരുന്ന വൻ സൈന്യം! ശബ്ദം കേട്ട് ആര്യപുത്രനും അവിടെയെത്തി. അര ക്ഷണം കൊണ്ട് കാര്യം ഗ്രഹിച്ച അദ്ദേഹം ആയുധങ്ങളെടുത്ത് എന്നെ പർണ്ണശാലയ്ക്കകത്തേക്കു നയിച്ചു.

"സീതേ, നീയിവിടിരിക്കുക. ഇത് ശൂർപ്പണഖയുടെ പ്രതികാരമാണ്.

ഇവർ മഹർഷി പറഞ്ഞ ഖരദൂഷണത്രിശിരസ്സുകളാണ്. അവർ വദ്ധ്യരാണ്. പോരാട്ടത്തിനുശേഷം ഞാൻ വന്നാൽ മാത്രം നീ പുറത്തിറങ്ങുക."

അദ്ദേഹം സൗമിത്രിക്കൊപ്പം പോയിക്കഴിഞ്ഞു. ഭീതി എന്നിൽ നിറഞ്ഞു. രഘുരാമനും ലക്ഷ്മണനും ഒന്നും സംഭവിക്കില്ലെന്നെനിക്കറിയാം. എങ്കിലും, അകാരണമായ ഒരു ഭയം എന്നെ ഗ്രസിച്ചു. ഇത്ര വലിയ സൈന്യത്തോട് രണ്ടുപേർ മാത്രം! അറിയാവുന്ന ദേവതകളെയെല്ലാം ഞാൻ പ്രാർത്ഥിച്ചു. അറിയാവുന്ന മന്ത്രങ്ങളെല്ലാം ഉരുവിട്ടു.

പുറത്ത് ഭീഷണമായ ശബ്ദങ്ങൾ കേട്ടു. ആയുധങ്ങൾ കൂട്ടിമുട്ടുന്നതിന്റെ പേടിപ്പിക്കുന്ന ശബ്ദം. പരിക്കേറ്റവരുടെയും മരിച്ചുവീഴുന്നവരുടെയും ദയനീയമായ ആർത്തനാദങ്ങൾ. മസ്തകത്തിൽ അമ്പേറ്റ ആനകളുടെ ഉറക്കെയുള്ള ചിന്നംവിളി. കുതിരകൾക്ക് വിറളിപിടിച്ചു. തേരുകൾ അതിവേഗം ഓടി.

പിന്നെ, എല്ലാ ശബ്ദങ്ങളും അവസാനിച്ചു. ഭൂമിയിൽ ഞാൻ മാത്രമായതുപോലെ. യുദ്ധത്തിൽ ജയിച്ചവരുടെ സന്തോഷപ്രദമായ ഭേരിയും കേട്ടില്ല. ഞാൻ ആശങ്കയിലും പ്രതീക്ഷയിലും ഒരേസമയം ആഴ്ന്നു. രഘുരാമന്റെ വിളി കേട്ടത് വൈകിയാണ്.

"സീതേ, പുറത്തേക്കു വരിക. ഭയപ്പെടേണ്ട. മൂന്നു രാക്ഷസന്മാരെയും അവരുടെ പതിനാലായിരം പടയെയും നിഹനിച്ചു കഴിഞ്ഞു."

യുദ്ധം വരുത്തിവെച്ച നഷ്ടങ്ങൾ ഏറെയായിരുന്നു. ഞങ്ങളുടെ പുഷ്പവാടി മിക്കവാറും നശിച്ചുപോയി. വൃക്ഷങ്ങൾ പലതും ശാഖകൾ നഷ്ടപ്പെട്ട് നഗ്നരായി നിന്നു. തേരിന്റെയും മറ്റും അവശിഷ്ടങ്ങൾ വീണ് രമ്യമായ പുൽത്തകിടിയുടെ പകിട്ടും കുറഞ്ഞുപോയി. യുദ്ധത്തിന്റെ ഹൃദ്യതയില്ലായ്മ പ്രകൃതിയുടെ മൊത്തം സൗന്ദര്യം കുറച്ചുകളഞ്ഞു.

ശൂർപ്പണഖയെ രഘുരാമൻ കൊല്ലാതെവിട്ടിരുന്നു. സ്ത്രീവധം ചെയ്യില്ല അദ്ദേഹം. അവൾ കൂടുതൽ സൈന്യവുമായി വന്നേക്കും എന്ന സംശയത്തിൽ പുറത്തിറങ്ങാൻപോലും ആര്യപുത്രൻ സമ്മതിച്ചില്ല.

കനത്ത കാവലായിരുന്നു ഇരുവരും. പർണ്ണകുടീരത്തിനു ചുറ്റും വേലി പണിയുകയും ചെയ്തു. അവരുടെ പരിഭ്രമം രസകരമായിത്തോന്നി. പതിനാലായിരംപേരെ ഒറ്റയടിക്കു വധിച്ചവരാണ് ഈ സന്നാഹങ്ങൾ എടുക്കുന്നത്!

സ്വയം മോചിപ്പിച്ച ഞാൻ പുഷ്പവാടിയിലെ അവശേഷിച്ച ചെടികളെ താലോലിക്കുവാൻ തുടങ്ങി. അപ്പോഴും ആര്യപുത്രൻ എന്നെ നിരീക്ഷിക്കുന്നുണ്ടായിരുന്നു. അദ്ദേഹത്തിൽനിന്നും കുറച്ചകലെ അശോകവനത്തിനരികിലേക്ക് മാറിനിന്നു. അദ്ദേഹത്തെ ഒന്നു പേടിപ്പിക്കുകയായിരുന്നു ലക്ഷ്യം.

അകലെ, വൃക്ഷക്കൂട്ടങ്ങൾക്കിടയിൽ സ്വർണ്ണനിറമുള്ള ഒന്ന് ഞാൻ കണ്ടു. വെയിലുണ്ടായിരുന്നതുകൊണ്ട് അതൊരു മാനാണ് എന്നു തിരിച്ചറിയാൻ ഒട്ടു വൈകി. സ്വർണ്ണമാനിനെ കണ്ടപ്പോൾ ഒളിച്ചിരിക്കുകയാണെന്നതു മറന്ന് ഞാൻ രഘുരാമനരികിലേക്കു നടന്നു.

ഇത്രയും മോഹം എനിക്കൊന്നിനോടും തോന്നിയിട്ടില്ല. ആ മാനിനെ ഇപ്പോൾ കിട്ടണമെന്ന വാശി എന്റെ തലച്ചോറിനെ നിയന്ത്രിച്ചു. മറ്റൊന്നും അപ്പോൾ ഞാനാലോചിച്ചില്ല. അതിനെ എനിക്കു വേണമായിരുന്നു. വനവാസം അനുഷ്ഠിക്കുന്ന സ്ത്രീക്ക് മോഹങ്ങൾ പാടില്ലെന്ന തത്ത്വവും ചിന്തിച്ചില്ല.

എന്നെത്തിരക്കുന്ന രഘുരാമനു മുന്നിൽച്ചെന്ന് മാനിനെ ചൂണ്ടിക്കാണിച്ചു.

“ഇത്ര അഴകുള്ള ഒരു മാനിനെ ഞാൻ മുൻപൊന്നും കണ്ടിട്ടില്ല. അതിനെ കണ്ടിട്ട് വളർത്താനും കളിപ്പിക്കാനും തോന്നുന്നു. ദയവായി, അതിനെ കൊണ്ടുത്തരൂ.”

ഇതുവരെ ഒന്നും അദ്ദേഹത്തോട് ആവശ്യപ്പെട്ടിട്ടില്ല. അതുകൊണ്ടാകാം എന്റെ ആവശ്യം കേട്ട് അദ്ദേഹം അത്ഭുതത്തോടെ നോക്കിയത്. സ്നേഹത്തോടെ തലയാട്ടി. എന്തും കൊണ്ടുത്തരാം എന്ന മട്ടിൽ. എങ്കിലും, ലക്ഷ്മണനോട് എന്റെ സുരക്ഷ ചട്ടംകെട്ടിയാണ് അദ്ദേഹം പോയത്.

ഞങ്ങൾ കാത്തിരുന്നു. അദ്ദേഹത്തെ കണ്ടില്ല. രഘുരാമനെ ഘോര വനത്തിലേക്കയച്ചതിൽ അതിയായ ദുഃഖം തോന്നി. അദ്ദേഹത്തിന് നിഷേധിക്കാമായിരുന്നു. സൗമിത്രി പറയുന്നതുപോലെ രാക്ഷസന്മാർ എല്ലാ രൂപത്തിലും വരുമോ? ഈ മാൻ മായയായിരുന്നോ? ആണെങ്കിൽ, അദ്ദേഹത്തെ അറിഞ്ഞുകൊണ്ട് അപകടത്തിലാഴ്ത്തിയല്ലോ? എനിക്കുറക്കെ കരയാൻ തോന്നി. രഘുരാമൻ പോയ വഴിയിലേക്കു നോക്കി വനദേവതകളെ വിളിച്ചു കരഞ്ഞു.

“ലക്ഷ്മണാ രക്ഷിക്കണേ...”

ദിഗന്തങ്ങൾ കുലുക്കുന്ന ആർത്തനാദം. രഘുരാമന്റെ ശബ്ദം പഞ്ചവടിയാകെ മാറ്റൊലിക്കൊണ്ടു. അദ്ദേഹം അപകടത്തിൽപ്പെട്ടിരിക്കുന്നു. ഞാനാണതിനു കാരണക്കാരി. എന്റെ പ്രിയപ്പെട്ട ആര്യപുത്രൻ സഹായത്തിനുവേണ്ടി കരയുന്നു, എന്റെ അതിമോഹം കാരണം. എന്റെ നിയന്ത്രണം വിട്ടു. സൗമിത്രിയോട് ഞാൻ കേണപേക്ഷിച്ചു:

“ലക്ഷ്മണാ അനുജാ, വേഗം പോയി നോക്കൂ രഘുരാമൻ ആപത്തിലാണോ എന്ന്. അദ്ദേഹം വിളിക്കുന്നതു കേട്ടില്ലേ? അതിമോഹിയായ എനിക്കു മാപ്പു തരൂ. വേഗം ചെല്ലൂ.”

ലക്ഷ്മണൻ തലതിരിച്ച് നിസ്സംഗതയോടെ നോക്കി. അവൻ അല്പം പോലും ദുഃഖിക്കുന്നതായി തോന്നിയില്ല. എന്റെ കരച്ചിലാണ് അവനിൽ അമ്പരപ്പുണ്ടാക്കിയത്.

“ജ്യേഷ്ഠത്തീ, അവിടുന്ന് ഭയപ്പെടുന്നതെന്തിന്? ഇത് മായയാണ്. ജ്യേഷ്ഠനെ അപകടപ്പെടുത്താൻ ആരാലും സാദ്ധ്യമല്ല. സന്തോഷത്തോടെയിരിക്കുക. അദ്ദേഹം ഉടൻ വരും.”

എനിക്കു തലപെരുത്തു. കാൽ നിലത്തൂന്നി മുഖം തിരിച്ചിരിക്കുന്ന ലക്ഷ്മണനെ കണ്ടപ്പോൾ എന്നെ സന്ദർശിക്കാൻ വന്ന മന്ഥരയെ എനി

ക്കോർമ്മ വന്നു. അന്ന് അവരുടെ മുഖത്തും ഇതേ നിർവ്വികാരതയായിരുന്നു. ഇതുപോലെ, അലസമായാണ് അവർ പെരുമാറിയത്. പക്ഷേ, അവരുടെ ഉള്ളിൽ കറുത്ത കടലുണ്ടായിരുന്നു. ലക്ഷ്മണൻ വനവാസത്തിനു വന്നതിനു പിന്നിലും അവരാണോ? ഭരതൻ കഴിഞ്ഞാലവർക്കു പ്രിയം ലക്ഷ്മണനെയാണ് എന്നു കേട്ടിട്ടുണ്ട്. പുതുതായി ഉണ്ടായ തിരിച്ചറിവ് എന്നെ അടിമുടി ഞെട്ടിച്ചു.

എന്തുകൊണ്ടായിക്കൂടാ? ഭരതൻ രാജാവും ലക്ഷ്മണൻ യുവരാജാവും. ഞാൻ എല്ലാം മനസ്സിൽ കണ്ടു. അയോദ്ധ്യയുടെ സിംഹാസനത്തിൽ വിരാജിക്കുന്ന ഭരതൻ, തൊട്ടടുത്തായി ലക്ഷ്മണൻ. കുലഗുരുക്കന്മാരുടെ അനുഗ്യഹീതമായ ഇരിപ്പിടത്തിൽ തറയ്ക്കുന്ന നോട്ടവുമായി മന്ഥര! അതിനു ബലി ആര്യപുത്രൻ.

ലക്ഷ്മണനെ കാണുന്തോറും മന്ഥരയുടെ മുഖവും അവരുടെ പൊട്ടിച്ചിരിയും എന്റെ മനസ്സിൽ നിറഞ്ഞു. അടക്കവയ്യാത്ത കോപത്തിൽ ഞാൻ തല ഞെരിച്ചു. ഇവരുടെ ഫലപ്രാപ്തിക്ക് ആര്യപുത്രനെ കൊലയ്ക്കു കൊടുത്തതോ, ഞാനും.

ആര്യപുത്രന്റെ ദീനരോദനം ഒരിക്കൽക്കൂടി കേട്ടു. ഇത്തവണ ശബ്ദം തീർത്തും ദുർബ്ബലം. അദ്ദേഹത്തിന്റെ താഴ്ന്ന ശ്വാസവും കേട്ടു. ലക്ഷ്മണനെ ഉഗ്രമായി നോക്കിക്കൊണ്ട് ഞാൻ കോപാവേശത്തോടെ പുലമ്പാൻ തുടങ്ങി:

“നീ വന്നത് സഹായത്തിനല്ല. എല്ലാം സംഹരിക്കാനാണ്. ആര്യപുത്രനെ വധിച്ച് അയോദ്ധ്യ എന്നെന്നേക്കുമായി കൈയിലാക്കാനാണ് നീ അടവിയിൽ വന്നത്. ഇത്രയും നാൾ നീ അദ്ദേഹത്തെ വഞ്ചിച്ചു. നിന്റെ പേരു ചൊല്ലി കരയുന്നതുപോലും നീ കേൾക്കുന്നില്ല. ദുഷ്ടനാണു നീ. ജ്യേഷ്ഠനെ ശത്രുവായിക്കരുതുന്ന ദുഷ്ടൻ.”

എന്റെ പതിവില്ലാത്ത സ്വരമാറ്റം ലക്ഷ്മണനെ ഭയപ്പെടുത്തി. കള്ളം പൊളിയാതിരിക്കാനായി അവൻ വീണ്ടും അഭിനയിച്ചു, വേദന നടിച്ചു.

“ഇങ്ങനെയൊന്നും പറയാതിരിക്കൂ. നിങ്ങളെനിക്ക് അമ്മയെപ്പോലെയാണ്. ഇതു മായയാണെന്ന് തിരിച്ചറിയൂ. ജ്യേഷ്ഠൻ വരട്ടെ.”

എന്റെ ദേഷ്യം അധികരിച്ചു. ഒരു നാട്യവും ഇനി വിലപ്പോകില്ലെന്നു ഞാൻ തറപ്പിച്ചു പറഞ്ഞു, “ആര്യപുത്രനെന്തെങ്കിലും സംഭവിച്ചാൽ എന്റെ മരണത്തിനും നീയാണുത്തരവാദി.”

ലക്ഷ്മണൻ എഴുന്നേറ്റു. ഒരക്ഷരവും മിണ്ടാതെ പുറത്തേക്കു പോയി. സംശയങ്ങൾ തേളുകൾപോലെ എന്റെ ബോധമണ്ഡലത്തെ ഇറുക്കി. രഘുരാമൻ നിമിഷങ്ങൾക്കകം എത്തിയില്ലെങ്കിൽ മരിച്ചുപോകും എന്ന സ്ഥിതി. വെപ്രാളത്തോടെ ഞാൻ പർണ്ണശാലയ്ക്കകത്ത് ലക്ഷ്യമില്ലാതെ നടന്നു.

“ഭിക്ഷാംദേഹി... ഭിക്ഷാംദേഹി...”

പർണ്ണകുടീരത്തിനു പുറത്ത് ഒരു താപസൻ. അദ്ദേഹത്തിനു ഭിക്ഷ കൊടുക്കേണ്ടത് എന്റെ കടമയാണ്. പക്ഷേ, രഘുരാമൻ വരാതെ എനിക്കു പുറത്തിറങ്ങാൻ പാടില്ല. അത് കർശനമായി അദ്ദേഹം വിലക്കിയിരുന്നു.

എന്നാൽ, സമനില തെറ്റിയ എന്റെ മനസ്സിന് അങ്ങനെയൊന്നും ആലോചിക്കാനേ സാധിച്ചില്ല. അപരിചിതനായ അതിഥിക്ക് ഭിക്ഷ കൊടുക്കുന്നതാണ് കരണീയം എന്നെനിക്കു തോന്നി. ഈ പുണ്യം ആര്യപുത്രനെ മടക്കിക്കൊണ്ടുവരട്ടെ.

ഫലമൂലാദികൾ കൈയിലേന്തി, മുഖത്ത് കഷ്ടിച്ചു പുഞ്ചിരി വരുത്തി ഞാൻ പുറത്തു കടന്നു. അയാൾ ക്ഷമയോടെ എന്നെ കാത്തുനില്ക്കുകയാണ്. ആര്യപുത്രൻ വരുന്നില്ല. ലക്ഷ്മണനെയും കാണുന്നില്ല. വേവലാതികൾ ഉള്ളിലൊതുക്കി ഞാൻ ദാനം നീട്ടി.

എന്റെ കൈ ശക്തമായി അയാൾ പിടിച്ചുവലിച്ചു. എനിക്കു നില തെറ്റി. ഉഴറി വീഴുന്നതിനുമുൻപ് അയാളെന്നെ പിടിച്ചുനിർത്തി. അപമാനിതയായി അയാളെ ശകാരിക്കാനോങ്ങവെ യഥാർത്ഥ മായ ഞാൻ കണ്ടു. താപസവേഷം ധരിച്ച അപരിചിതൻ കിരീടധാരിയായി മാറി. ഭിക്ഷ യാചിച്ച മുഖം അഹങ്കാരംകൊണ്ടു ചുവന്നതായി.

പർണ്ണശാലയിലേക്കു കയറാനുള്ള എന്റെ എല്ലാ പരിശ്രമങ്ങളും വിഫലമായി. ബലവാനായ അയാൾ എന്നെ വലിച്ചിഴയ്ക്കാൻ തുടങ്ങി. ചെറുത്തുനില്പുകളെല്ലാം പരാജയപ്പെട്ടു. രഘുരാമനെ വിളിച്ചു കരയാനേ എനിക്കായുള്ളൂ. ഉറക്കെയുള്ള കരച്ചിൽ കേട്ട് ആശ്രമമൃഗങ്ങൾ ഓടിയൊളിച്ചു. പക്ഷിക്കൂട്ടങ്ങൾ പേടിച്ചു പറന്നു. അയാളുറക്കെ അട്ടഹസിച്ചു:

"നാം ലങ്കാധിപതി രാവണൻ. നീയിനി എന്റെ മഹാറാണി."

ശൂർപ്പണഖയുടെ സഹോദരൻ രാവണൻ. പറഞ്ഞുകേട്ട കഥകളിലെ ക്രൂരനായ ചക്രവർത്തി. എതിരിട്ടവരെയെല്ലാം കൊന്നുതള്ളിയ ശിവഭക്തൻ. എന്റെ പഞ്ചേന്ദ്രിയങ്ങളും ഭയത്തിനടിപ്പെട്ടു. ശബ്ദംപോലും വിറച്ചു. ജനകപുത്രിയും ദശരഥസ്നുഷയും രാമപത്നിയുമായ എന്നെ പഴന്തുണിപോലെ അയാൾ രഥത്തിലേക്കിട്ടു.

അസുരന്റെ മായാശക്തികൊണ്ട് രഥം അന്തരീക്ഷത്തിലേക്കുയർന്നു. താഴെ വീഴുമെന്ന ഭയംപോലുമില്ലാതെ ഞാനുറക്കെ സഹായത്തിനായി കേണു. എന്റെ നിസ്സഹായതയെ പരിഹസിച്ച് രാവണൻ ഉറക്കെ ചിരിച്ചുകൊണ്ടിരുന്നു. അയാളുടെ കണ്ണുകളിൽ പുച്ഛം തങ്ങിനിന്നു.

പഞ്ചവടി ദൂരെ മാറവേ, എന്റെ കരുത്തു ചോർന്നുപോയി. രഘുരാമൻ കൊന്നുതള്ളിയ രാക്ഷസപ്പടയുടെ അടയാളങ്ങളും കാണാതെയായി. ചിറകടിച്ചു പറക്കുന്ന പക്ഷികൾപോലും എന്നെ നോക്കിയില്ല. മുടിയിഴകൾ സഹായമഭ്യർത്ഥിച്ചുകൊണ്ട് കാറ്റിൽ പറന്നു. തേർത്തട്ടിൽ കുഴഞ്ഞുവീഴുമ്പോൾ ഞാൻ വിധിയെ പഴിച്ചില്ല. തെറ്റുകാരി ഞാനാണ്. പശ്ചാത്താപം കൊണ്ടു നീറിയ നെഞ്ചോടെ ഞാൻ വിതുമ്പി, "സൗമിത്രീ, മാപ്പ്."

അഞ്ച്

ലങ്കയുടേത് വളരെ സുന്ദരമായ ആകാരമാണ്. രാവണന്റെ പുഷ്പക വിമാനത്തിലിരുന്ന് അകലെ തെളിഞ്ഞുവരുന്ന ലങ്കാനഗരത്തെ ഞാൻ നോക്കി. സ്വർണ്ണനിർമ്മിതമാണ് പ്രധാന കെട്ടിടങ്ങളും സ്തൂപങ്ങളും. സമുദ്രത്താൽ ചുറ്റപ്പെട്ട ആ നഗരം ബ്രഹ്മാവ് സ്വന്തം കൈയാൽ പണി തീർത്തതെന്നു തോന്നിക്കുമാറ് അതിശയകരം. ഈ വരവ് ആര്യപുത്ര നോടൊപ്പം വിനോദത്തിനായിരുന്നെങ്കിൽ എന്ന് മനസ്സ് കേണു.

വിശാലമായ ഒരു പൂന്തോപ്പിലാണ് ആ യാത്ര അവസാനിച്ചത്. തൊണ്ട വരണ്ടുപോയിരുന്നു. ഒന്നു കരയുവാൻപോലും ത്രാണിയില്ലാതെ അയാൾ വലിച്ചിഴയ്ക്കുന്ന ദിശയിലേക്ക് ഞാൻ ചെന്നു. രാവണൻ വളരെ കരുത്തനാണ്. എന്റെ ശരീരഭാരം പോലും അയാൾക്കു തടസ്സമായില്ല.

എന്നെ അന്തപ്പുരത്തിലേക്കു നയിക്കാനുള്ള ശ്രമമാണ്. ഞാൻ ശക്തമായി പ്രതിഷേധിച്ചു. കൈ വിടുവിച്ചു. ലങ്കയുടെ പ്രതാപം കാട്ടി പ്രലോഭിപ്പിക്കാനുള്ള അയാളുടെ ശ്രമങ്ങൾ പാഴാണെന്നു ബോധിപ്പിക്കാൻ തിരശ്ശീല വലിച്ച് അയാളുടെ മുഖത്തേക്കിട്ടു. രാവണൻ ശക്തമായി അലറി.

അയാളുടെ ശബ്ദം കേട്ട് കൊട്ടാരത്തിലെ ദാസിമാർ ഓടിയെത്തി. അവരാകെ ഭയന്നുപോയി. രാവണനു മുന്നിലായിനിന്ന എന്നെ അവർ ചൂഴ്ന്നു നോക്കി. എന്റെ ദയനീയമായ ഭാവം അവരിൽ വേദനയുളവാക്കുന്നില്ലെന്നു ഞാൻ മനസ്സിലാക്കി.

"അശോകവനത്തിലേക്ക്," അയാൾ പുറത്തേക്കു കൈ ചൂണ്ടി. കൂട്ടത്തിൽ പ്രധാനിയെന്നു തോന്നുന്നവൾ തലയിളക്കി. അവരെന്നെ പിടിച്ചു വലിച്ചു. ഇളകാതിരിക്കാനുള്ള ശ്രമങ്ങളെല്ലാം വിഫലമായി. ബലിമൃഗത്തെ കൊണ്ടുപോകുംപോലെ അവരെന്നെ ബലമായി കൊണ്ടുപോയി. യജമാനന്റെയത്രപോലും മയം അവർ കാട്ടിയില്ല.

അശോകവനം ലങ്കയിലെതന്നെ ഏറ്റവും സുന്ദരമായ പ്രദേശമായിരിക്കും. പക്ഷേ, ആ സൗന്ദര്യത്തിലൊന്നും എന്റെ മനസ്സുടക്കിയില്ല. ആര്യപുത്രൻ തിരഞ്ഞു തുടങ്ങിയിരിക്കും. സ്വയം ശപിക്കുകയാകും സൗമിത്രി. എനിക്ക് ചിറകുകളുണ്ടായിരുന്നെങ്കിൽ എത്ര നല്ലതായിരുന്നു!

നിമിഷങ്ങൾക്കകം ലങ്കാധിപൻ ചക്രവർത്തിയുടെ സകല പകിട്ടോടുംകൂടി അവിടേക്കെത്തി. അയാളുടെ മുഖത്തെ അഹങ്കാരം എന്നെ കോപത്താൽ ജ്വലിപ്പിച്ചു. കൈവീശി ആഞ്ഞടിക്കുവാൻ തോന്നി. പാടില്ല, അയാൾ പ്രായത്തിൽ മുതിർന്നവനാണ്. ഗുരുനിന്ദ എന്ന മഹാപാപം രാമപത്നി ചെയ്യാൻ പാടില്ല.

പരിഹാസച്ചുവയോടെ രാവണൻ നോക്കിച്ചിരിച്ചു. അയാളുടെ നോട്ടം പോലും അപമാനകരമാണ്. ഞാൻ മുഖം ശക്തിയായി വെട്ടിച്ചു. പരസ്ത്രീയെ കടന്നുപിടിക്കുകയും അപഹരിക്കുകയും ചെയ്യുന്ന രാക്ഷസ രാജാവിന്റെ ദർശനം സർവ്വപുണ്യങ്ങളും ഇല്ലാതാക്കിയേക്കാം.

"മൈഥിലീ, ആ സുന്ദരമായ മുഖം എന്നെ കാണാനനുവദിച്ചാലും. ആ ദർശനപുണ്യത്തിനല്ലേ ഞാനിത്രയും യത്നിച്ചത്. കണ്മുന്നിൽ ഉണ്ടായിട്ടും അതു സാദ്ധ്യമായില്ലെങ്കിൽ ലങ്കാധിപൻ രുദ്രനാകും. എന്റെ ക്രോധം നീ കാണരുതെന്നാണ് എന്റെ ആഗ്രഹം. പതിയെന്നു പറയുന്ന ആ താപസരാമനെ നീ മറന്നുകളയുക. ഇത്രയും ലാവണ്യവതിയായ നിന്നെ വനത്തിൽ താമസിപ്പിക്കുന്ന ആ ക്രൂരനെ എന്തിനു മനസ്സിൽ വെക്കണം? എന്നെപ്പറ്റി ഓർക്കുക. ഞാൻ സർവ്വശക്തനായ ലങ്കാധിപനാണ്. ലങ്കയുടെ സൗഭാഗ്യങ്ങൾ ഈ രാജാവിനൊപ്പം നിനക്കുള്ളതാണ്."

അയാൾ ക്രൂരൻ മാത്രമല്ല, നാണമില്ലാത്തവനുമാണ്. ചേലത്തുമ്പു ചെവിയിൽ തിരുകിയാലോ എന്നു ഞാനാലോചിച്ചു. അയാളുടെ പ്രവൃത്തിയേക്കാൾ ഹീനമാണ് വാക്കുകൾ. അവ കേൾക്കുമ്പോൾ ശരീരത്തിൽ സർപ്പങ്ങൾ ഇഴയുന്നപോലെ. ചെവിയിൽ ഈയം ഉരുക്കിയൊഴിക്കുന്ന നീറ്റൽ.

അയാൾ നിർത്താനുള്ള ഭാവമില്ല. പ്രണയാഭ്യർത്ഥന തുടരുക തന്നെയാണ്. ലങ്കയിലേതു മാത്രമല്ല, ലോകത്തിലെ സകല സുഖസൗകര്യങ്ങളും എനിക്കായി വാഗ്ദാനം ചെയ്തു. ആ നിമിഷം മുതൽ എന്നെ ലങ്കയുടെ മഹാറാണിയാക്കാനും അയാൾ സന്നദ്ധനായി. സഹനശക്തിയുടെ പരിധികൾ കണ്ടുതുടങ്ങി. എന്റെ ചുണ്ടുകൾ വെമ്പി. നഖങ്ങൾകൊണ്ട് തുടയിൽ അള്ളിപ്പിടിച്ചു. ഇത്രയും ക്രോധം എനിക്കിതുവരെയും അനുഭവപ്പെട്ടിട്ടില്ല.

"അജയ്യനെന്നും മഹാബലനെന്നും സ്വയം അവകാശപ്പെടുന്ന ലങ്കാധിപാ, താങ്കൾ ഇത്രയും കരുത്തനായിരുന്നെങ്കിൽ എന്റെ പതിയുടെ അഭാവത്തിൽ ഒരു മോഷ്ടാവിനെപ്പോലെ എന്നെ അപഹരിച്ചതെന്തിന്? താങ്കളുടെ ശക്തി ദേവകൾക്കും മേലെയാണെങ്കിൽ എന്തുകൊണ്ട് ശ്രീരാമനുമായി യുദ്ധം ചെയ്തില്ല? ലങ്കയുടെ മുഴുവൻ സ്വത്തും പണയപ്പെടുത്തിയാലും ഞാൻ ശ്രീരാമപത്നി തന്നെയായിരിക്കും. അവസാന നിമിഷം വരെ അതുമാറാനും പോകുന്നില്ല. പണ്ഡിതനായി സ്വയം വേഷമിടുന്ന നിങ്ങളെപ്പോലെ നിന്ദ്യനും ക്രൂരനുമായ ഒരാൾക്ക് രാമപത്നിയെ കൈവശപ്പെടുത്താനാവില്ല."

രാവണൻ അരിശംകൊണ്ടു ചുവന്നു. അയാളുടെ താടിയെല്ലു വിറച്ചു. കണ്ണുകൾ പുറത്തേക്കു ഭയങ്കരമായി തള്ളിവന്നു. മാറിലെ ഹാരം ഊക്കോടെ പൊട്ടിച്ചെറിഞ്ഞ് അയാൾ ചുറ്റും നിന്ന രാക്ഷസികൾക്ക് ഉത്തരവു നല്കി.

"ഇവൾക്കു രാവണനെപ്പറ്റി ശരിക്കും പറഞ്ഞുകൊടുക്കുക. നാമാരാണെന്നിവൾ പഠിക്കട്ടെ. അതുവരെ കരുണയോടെ നോക്കുക പോലുമരുത്."

ചുറ്റുമുള്ള വൃക്ഷങ്ങളെ കിടുക്കിക്കൊണ്ട് അയാൾ നടന്നകന്നു. അയാളുടെ ആജ്ഞ ശിരസ്സാവഹിച്ചു നില്ക്കുന്ന സ്ത്രീകളെ നോക്കി തളർന്നിരുന്നുപോയി. അവർ പേടിപ്പെടുത്തുന്ന ആംഗ്യങ്ങൾ കാണിച്ചു. മരത്തിലെവിടെയോ കൂടുകൂട്ടിയ മൂങ്ങകൾ ഉച്ചത്തിൽ മൂളി. കാൽമുട്ടുകൾക്കിടയിൽ മുഖം പൂഴ്ത്തി ഞാൻ വിതുമ്പിക്കരഞ്ഞു.

രാവണൻ എന്റെ കാവലിന് ധാരാളം സ്ത്രീകളെ അയച്ചു. അവരിൽ മുതിർന്നയാളാണ് ത്രിജട. അവർ മറ്റുള്ളവരെപ്പോലെ ഭീഷണിപ്പെടുത്തുകയോ കണ്ണുരുട്ടിക്കാണിക്കുകയോ ചെയ്തില്ല. സംസാരിക്കുക തന്നെ വല്ലപ്പോഴുമാണ്. കാരുണ്യമുള്ള അവരെ ഞാൻ വലിയമ്മ എന്നു വിളിക്കാൻ തുടങ്ങി.

തൊട്ടടുത്തിരുന്ന കറുത്തു തടിച്ച സ്ത്രീയാണ് രാവണന്റെ വീരഗാഥകൾ എന്നെ കേൾപ്പിച്ചത്. മോശപ്പെട്ടവൻ എന്ന് എനിക്കു തോന്നലുണ്ടെങ്കിലും ലങ്കാനിവാസികൾക്ക് രാവണൻ കനത്ത അത്ഭുമാണ്. അവരുടെ രാജാവിന്റെ കഴിവുകളെക്കുറിച്ചു പറയാൻ അവർക്കു വലിയ താല്പര്യമാണ്. രാജാവിന്റെ തപസ്സും, നേടിയെടുത്ത വരങ്ങളും, വിജയിച്ച യുദ്ധങ്ങളും അവരെ ആവേശത്തിലാഴ്ത്തുന്ന ഓർമ്മകളാണ്.

എന്റെ ധിക്കാരത്തിൽ ദേഷ്യം തോന്നിയതുകൊണ്ടാകണം കുറച്ചു നാൾ രാവണൻ അശോകവനത്തിലേക്കു വന്നില്ല. അതൊരു അനുഗ്രഹമായി തോന്നി. രാവണന്റെ പട്ടമഹിഷിയും മയപുത്രിയുമായ മണ്ഡോദരിയെ ഞാൻ കണ്ടു. ഭർത്തൃമാതാവിനെ വന്ദിക്കുവാൻ പോകുന്ന വഴിക്ക് അശോകവനിയിൽ വന്നതായിരുന്നു അവർ. ഇത്രയും അസുലഭ സൗന്ദര്യമുള്ള ഭാര്യയുണ്ടായിട്ടും രാവണൻ എന്നോട് പ്രണയാഭ്യർത്ഥന നടത്തുന്നു എന്നതെനിക്ക് അതിശയമായി.

മണ്ഡോദരിക്ക് എന്നെക്കാളും ഉയരവും നിറവുമുണ്ട്. മുഖം വിശാലവും ഇളംചുവപ്പു കലർന്നതുമാണ്. കണ്ണുകൾ ആഴമേറിയ സമുദ്രം പോലെ ശാന്തമായിരുന്നു. അവരുടെ രൂപം ദേവലോകത്തെ ശചീദേവിയെ ഓർമ്മിപ്പിച്ചു. അവരെപ്പറ്റി കേട്ട വർണ്ണനകളും ഇതുപോലെയാണ്.

എന്നെ കണ്ടത് അവരെ ഒട്ടും അത്ഭുതപ്പെടുത്തിയില്ല. ഒരു രാജകുമാരിക്കു നല്കുന്ന മര്യാദയോടെ അവരെന്നെ അഭിവാദ്യം ചെയ്തു. പിന്നെ, ഒരക്ഷരം ഉരിയാടാതെ നടന്നുപോയി. അവരുടെ നടത്തംപോലും മനോഹരമായിരുന്നു. പിന്നിലെ തോഴിമാർ അവരുടെ നീണ്ട ശിരോവസ്ത്രം നിലത്തു തട്ടാതെ ഉയർത്തിപ്പിടിച്ചു. മണ്ഡോദരി നടന്നകന്നപ്പോൾ ഞാൻ വീണ്ടും രാവണന്റെ വിഡ്ഢിത്തത്തെക്കുറിച്ചു തന്നെ ചിന്തിച്ചു.

രാക്ഷസകുലത്തിൽ എല്ലാവരും പാപികളും അധർമ്മികളുമാണെന്ന ധാരണ തിരുത്തിയത് വിഭീഷണന്റെ സന്ദർശനമാണ്. ദാസിമാർ ആദരവോടെ വഴി മാറുന്നതും വന്ദിക്കുന്നതും കണ്ടപ്പോൾ രാവണന്റെ വരവാണെന്നു കരുതി മുഖം തിരിച്ച് ഇരിക്കുകയായിരുന്നു. ത്രിജടയാണ് വിഭീഷണൻ വരുന്നു എന്നറിയിച്ചത്.

പ്രതീക്ഷിച്ചത് വലിയ ആകാരവും തറച്ച നോട്ടവുമാണ്. പക്ഷേ, വിഭീഷണൻ എന്ന രാവണന്റെ കുഞ്ഞനുജന് ഒരു തപസ്വിയുടെ ഭാവമായിരുന്നു. നിശ്ചലമായ കണ്ണുകൾ. സാത്ത്വികമായ ചിരി. ആകെക്കൂടി ഒരു മഹർഷിയുടെ പ്രൗഢി.

"ജനകപുത്രിയും രഘുരാമപത്നിയുമായ സീതയ്ക്ക് രാവണ സഹോദരൻ വിഭീഷണന്റെ പ്രണാമം." കൈകൾ കൂപ്പി അഭിവാദ്യം ചെയ്തിട്ട് അദ്ദേഹം തുടർന്നു:

"ലങ്ക അങ്ങേക്കു സൗഖ്യമല്ലെന്നറിയാം. ലങ്കയിലെല്ലാവരും അങ്ങയോടു ക്രുദ്ധരാണ് എന്നു കരുതരുത്. ഞങ്ങളെല്ലാവരും അവിടുത്തെ സന്തോഷം കാംക്ഷിക്കുന്നു. ജ്യേഷ്ഠൻ എടുത്തുചാട്ടക്കാരനാണ്. ശൂർപ്പണഖയുടെ വാക്കുകളാണ് അദ്ദേഹത്തെക്കൊണ്ട് ഇതെല്ലാം ചെയ്യിച്ചത്. നിരന്തരമായ ആഭ്യന്തരചർച്ചകൾ നടക്കുന്നുണ്ട്. അവിടുത്തെ വിട്ടുനല്കണം എന്ന് ഞാനടക്കം പലരും ആവശ്യപ്പെട്ടുകഴിഞ്ഞു. വൈകാതെ ജ്യേഷ്ഠൻ സമ്മതിക്കുമായിരിക്കും. ഒറ്റയ്ക്കായി എന്ന ചിന്ത വേണ്ട. ഇത് എന്റെ പത്നി സരമ. ഇവൾ ഇവിടെ സഹായത്തിനുണ്ടാകും. ഞാൻ പോകുന്നു. രാജസഭ കൂടാൻ നേരമായി."

ഒരിക്കൽക്കൂടി പ്രണമിച്ചിട്ട് വിഭീഷണൻ പോയി. എനിക്ക് അപ്രതീക്ഷിതമായ ഈ കണ്ടുമുട്ടലിൽ സന്തോഷം തോന്നി. വിഭീഷണപത്നി അവിടെത്തന്നെ നിന്നു. അവരും വളരെ സുന്ദരിയാണ്. വണങ്ങിക്കൊണ്ട് അവരെനിക്കു സമീപത്തായി ഇരുന്നു. എന്നെക്കാൾ പ്രായമുണ്ട്. മടിയിൽ കൈവെച്ച് അവർ സംഭാഷണത്തിനു തുടക്കമിട്ടു.

"അനുജത്തീ, സങ്കടപ്പെടാതിരിക്കുക. നിങ്ങൾ തീർച്ചയായും രഘുരാമനരികിൽ എത്തും. പ്രഭുവും കുറച്ചു മുതിർന്ന സഭാംഗങ്ങളും നിങ്ങളെ തിരിച്ചയക്കണം എന്നു വാദിക്കുന്നുണ്ട്. ശൂർപ്പണഖയുടെ പ്രതികാരബുദ്ധിയാണ് ഈ കുഴപ്പത്തിനൊക്കെ പിന്നിൽ. സമാധാനമായിരിക്കുക. ഏതാവശ്യത്തിനും ഞാനുണ്ട്. നിങ്ങൾക്കെന്നെ വിശ്വസിക്കാം. അയോദ്ധ്യയുടെ ഭരണം വേണ്ടെന്നുവെച്ച രാമന്റെ പിതൃഭക്തിയെക്കുറിച്ചും പതിയില്ലാത്ത നാട് കാടെന്നു വാദിച്ച നിങ്ങളുടെ പത്നീധർമ്മത്തെക്കുറിച്ചും ഞാൻ കേട്ടിട്ടുണ്ട്. ഇന്നത്തെ രാജസഭ നിങ്ങളെക്കുറിച്ചു തീരുമാനമെടുക്കാനുള്ളതാണ്. എല്ലാവരുടെയും നന്മയ്ക്കുള്ള ഫലപ്രദമായ നടപടി നമുക്കു പ്രതീക്ഷിക്കാം."

സമാശ്വസിപ്പിക്കാനായി അവർ വെച്ച കൈയിന്മേൽ ഞാൻ മുറുകെപ്പിടിച്ചു. അവസാനത്തെ ആശ്രയമായിരുന്നു എനിക്കവർ. നദിയുടെ അടിയിലേക്കെത്തിക്കഴിഞ്ഞ എനിക്ക് ആ പിടിത്തം എന്തെന്നില്ലാത്ത ആത്മധൈര്യം തന്നു. ലങ്കയുടെ താഴികക്കുടത്തിൽ വീണ സൂര്യപ്രകാശം പല

തായി ചിതറിക്കൊണ്ടിരുന്നു. സഭാമന്ദിരത്തിൽ ഇതുപോലെ ആശയങ്ങളും പതിക്കട്ടെ.

പക്ഷേ, ആ രാജസഭായോഗം പാഴായി. രാവണൻ ആരുടെയും എതിർപ്പിനെ വകവെച്ചില്ല. അയാൾ അക്കാര്യത്തിൽ വാദഗതികളൊന്നും പാടില്ലെന്നു കർശനമായി വിലക്കിയിട്ടുണ്ട്. പ്രഹസ്തൻ എന്ന പ്രധാനമന്ത്രിയും രാവണനു പിന്തുണയേകി. അയാൾ രാവണന്റെ അമ്മാവനാണത്രേ.

സഭയിൽ നടന്ന കാര്യങ്ങൾ വിശദമായി സരമ പറഞ്ഞുതന്നു. വിഭീഷണന്റെ കൂടെ വളരെ കുറച്ചംഗങ്ങളേ ഉണ്ടായിരുന്നുള്ളൂ. ധർമ്മത്തിന്റെ വാദഗതികളെ മറിച്ചിടുവാൻ രാവണന് ഒട്ടേറെ പിന്തുണ കിട്ടുകയും ചെയ്തു. അവസാന നിമിഷം ചന്ദ്രഹാസം കൈയിലേന്തി രാവണന്റെ വെല്ലുവിളികളും ഉണ്ടായിരുന്നുവെന്ന്.

രാവണൻ എത്രമേൽ പണ്ഡിതനോ കരുത്തനോ ആയിക്കൊള്ളട്ടെ, അധർമ്മത്തിന്റെ കൂട്ട് അയാളെ അപകടത്തിലാഴ്ത്തും. മണ്ഡോദരിയുടെ ധർമ്മനിഷ്ഠയ്ക്ക് വിധിയുടെ അലംഘനീയതയോളം പാരുഷ്യമില്ല. വിഭീഷണനു ചെയ്യാനാകുന്നതിനും പരിധിയുണ്ട്. കാലം എന്നും നീതിയെ മാത്രമേ തുണച്ചിട്ടുള്ളൂ. രാവണന്റെ പ്രമുഖമന്ത്രിമാരെല്ലാം വിഡ്ഢികളാണെന്നു വിളിച്ചു പറയുവാൻ തോന്നി.

രാക്ഷസിമാരുടെ ഉപദ്രവം നാൾക്കുനാൾ വർദ്ധിക്കുകയാണ്. ഭീഷണിപ്പെടുത്തി വീഴ്ത്താമെന്നാണവർ കരുതിയിരിക്കുന്നത്. രാവണന്റെ മാഹാത്മ്യം വാഴ്ത്തിയും ലങ്കയുടെ അഭൗമസൗന്ദര്യത്തെ പ്രകീർത്തിച്ചും അവർ സമയം പോക്കി. ഓരോ നിമിഷവും ഞാൻ രഘുരാമനെക്കുറിച്ചു തന്നെ ചിന്തിച്ചു.

ലോകത്ത് ഏറ്റവും മാന്യനായ ഭർത്താവിനെയാണ് ദൈവം എനിക്കു തന്നത്. അദ്ദേഹം സത്യവാനാണ്. സുന്ദരനും വിനീതനും പ്രിയംവദനുമാണ് രഘുവരൻ. അദ്ദേഹത്തിന്റെ കരുത്ത് ദേവഗണങ്ങൾക്കും മീതേയാണ്. അറിവ് സപ്തസമുദ്രങ്ങളേക്കാൾ ഗഹനമാണ്. അദ്ദേഹത്തിലെ നന്മ പർവ്വതശിഖരങ്ങളേക്കാൾ ഉയരമുള്ളതാണ്. ഒരു രാജവംശജന് എത്ര പത്നിമാർ വരെയാകാമായിരുന്നിട്ടും ഏകപത്നീവ്രതം സ്വീകരിച്ച് എന്റെ ജീവിതത്തെ ആദരിച്ച വ്യക്തിയാണ് ശ്രീരാമൻ. അദ്ദേഹത്തെ പിരിഞ്ഞുള്ള ജീവിതം എത്ര ദുഷ്കരമാണ്!

അയോദ്ധ്യയിലും വനത്തിലും എനിക്കൊപ്പമുണ്ടായിരുന്നു. ഓരോ നിമിഷവും എന്റെ സുഖത്തിലായിരുന്നു ശ്രദ്ധ. എന്റെ ആഗ്രഹങ്ങൾ പൂർത്തീകരിക്കുവാൻ അദ്ദേഹം ശ്രമിച്ചു. ഒരു നിമിഷംപോലും വേദനിപ്പിച്ചില്ല. ഇപ്പോൾ എന്നെത്തിരക്കി അലയുകയാകും. ഞാനെവിടെയാണെന്ന് ഓരോ ഇലയോടും പൂവിനോടും തിരക്കും. എന്റെ സുഹൃത്തുക്കളായ മാൻപേടകളെ വാത്സല്യപൂർവ്വം തലോടും.

ജടായു ജീവനോടെയിരുന്നെങ്കിൽ.... എത്ര ധീരതയോടെയാണ് ആ വീരൻ രാവണനോട് എതിരിട്ടത്. പക്ഷേ, എന്നെ രക്ഷിക്കാൻ ശ്രമിച്ചതിന്റെ ശിക്ഷയാകാം അദ്ദേഹം ചിറകറ്റു വീണു. രഘുരാമനോട് എന്നെക്കുറിച്ചു പറയാൻ ജടായുവിന് പ്രാണൻ നല്കണേയെന്ന് ഞാൻ ഇടതട

വില്ലാതെ പ്രാർത്ഥിച്ചു.

ഒരുപക്ഷേ, ലങ്കയിലാണു ഞാനെന്ന വാസ്തവം അദ്ദേഹം ഒരിക്കലും അറിഞ്ഞില്ലെന്നുവരാം. അങ്ങനെയെങ്കിൽ ഞങ്ങൾ ഒരിക്കലും കണ്ടുമുട്ടില്ല. അവസാന നിമിഷംവരെ അകന്നു കഴിയുക എന്ന വേദന എന്നെ കൊന്നു കളയും. അങ്ങനെ സംഭവിക്കില്ലെന്നും വിവരം രഘുരാമന്റെ അരികിലെത്തുമെന്നും എന്നെ സമാധാനിപ്പിക്കാൻ പൂർണ്ണചന്ദ്രൻ നിരന്തരം ശ്രമിച്ചു.

അശോകവനിയിലെ പൊയ്ക അതിസുന്ദരമായിരുന്നു. തൂവെള്ളഹംസങ്ങൾ അവിടെ നീന്തിത്തുടിച്ചു. ചെന്താമരകൾ വിടർന്നു പരിലസിച്ചു. ചന്ദ്രബിംബത്തെ പ്രതിബിംബിക്കുന്ന ആ നിർമ്മിതി പഞ്ചവടിയുടെ സ്മരണയുണർത്തി. ആ വെള്ളാരങ്കല്ലുകളിൽ ഞാൻ ആര്യപുത്രന്റെ പാദപതനങ്ങൾ കണ്ടു. ലങ്കയുടെ സുവർണ്ണസ്തൂപം അവിടുത്തെ ജലത്തിൽ തെളിഞ്ഞുകാണാം. ആ ജലത്തിന്റെ നൈർമ്മല്യം പ്രിയപ്പെട്ട ഗംഗയുടെ ചിരിയായി തോന്നി. നഷ്ടപ്പെട്ട എന്തൊക്കെയോ തിരിച്ചുപിടിക്കാനായി ഞാനവിടെ പോകുക പതിവായി. സന്ധ്യാവന്ദനത്തിന് അതിലും ഉത്തമമായ ഒരിടം അശോകവനിയിൽ ഇല്ലായിരുന്നു.

രാവണൻ ധാരാളം സഭായോഗങ്ങൾ വിളിച്ചുകൂട്ടി. എന്നാൽ, സീതയെക്കുറിച്ച് ചർച്ച പാടില്ലെന്നയാൾ കർശനമായി ഉത്തരവിട്ടു. വിഭീഷണനൊഴികെ ആരും ആ ഉത്തരവ് ലംഘിക്കാൻ ധൈര്യം കാട്ടിയില്ല. എന്നാൽ, അവിചാരിതമായി പിടികൂടിയ ജ്വരം വിഭീഷണനെ സഭയിൽ നിന്നു വിട്ടു നില്ക്കാൻ നിർബ്ബന്ധിതനാക്കി. അതോടെ എന്റെ പ്രതീക്ഷയിൽ നിഴൽ വീണുതുടങ്ങി.

പകൽ മുഴുവൻ രാക്ഷസിമാരുടെ ക്രൂരവചനങ്ങൾ കേട്ടു മനം നൊന്ത് ഞാനിരുന്നു. വിഭീഷണൻ ശയ്യാവലംബിയായതിൽപ്പിന്നെ സരമ വരാതായി. സന്ധ്യക്കാണ് മനസ്സിനൊരിത്തിരി ആശ്വാസം കിട്ടാറ്. പൊയ്കയുടെ ആഴങ്ങളിൽ കണ്ണുകൾ പതിപ്പിച്ച് ഒരു ദിനത്തിന്റെ മുഴുവൻ സമാധാനവും ആസ്വദിക്കുമ്പോൾ ജീവിതം വീണ്ടും തളിരിടുമെന്ന ആശകൾ കടന്നുവരും. വെളിച്ചം മങ്ങിയാൽ ചുറ്റും കൂടിയ സ്ത്രീകൾ ഉറക്കം പിടിക്കും. ഞാൻ മാത്രം ഉറങ്ങാതെ ഓർമ്മകളിൽ ലയിച്ചിരിക്കും.

രാമദേവൻ വരുമെന്ന പ്രതീക്ഷയ്ക്ക് ക്രമേണ നിറം മങ്ങി. രാക്ഷസിമാർപോലും എന്നെ ഭയപ്പെടുത്തുവാൻ മറന്നുതുടങ്ങി. ആരും സീതാവിമോചനദൗത്യവുമായി സഭയിൽ അഭിപ്രായങ്ങൾ ഉന്നയിച്ചില്ല. എന്നെ തടവിലാക്കിയ കാര്യം രാവണൻതന്നെ വിസ്മരിച്ചപോലെ. എന്നാൽ, എന്റെ തോന്നലുകൾ അസ്ഥാനത്തായിരുന്നു. അയാൾ ഒരിക്കലും ഒന്നും മറന്നുകളയില്ല. ഒരുനാൾ നേരിട്ടു വരികതന്നെ ചെയ്തു.

രാവണൻ കാന്തി വിതറിക്കൊണ്ടു വരുന്നതു കണ്ടപ്പോൾ അയാൾ അധർമ്മ സഹചാരിയല്ലായിരുന്നെങ്കിൽ മൂവുലകവും വാഴുവാൻ അർഹനാണെന്നെനിക്കു തോന്നി. അയാളുടെ വരവിന്റെ പ്രൗഢി അത്രയ്ക്കുണ്ടായിരുന്നു. നിരവധി യുദ്ധങ്ങൾ ജയിച്ചതിന്റെ ഗർവ്വം അയാളുടെ മുഖത്ത് തെളിഞ്ഞുകണ്ടു. നടക്കുമ്പോൾ പട്ടുവസ്ത്രത്തിന്റെ ഉരസലുകൾ സംഗീതമുണ്ടാക്കി. അയാളുടെ മുഖത്തെ പുഞ്ചിരിമാത്രം എനിക്ക്

അസ്വാരസ്യമുണ്ടാക്കി. അതിനൊരു ശൃംഗാരരസമുണ്ടായിരുന്നു.

രാവണൻ മുന്നിലായി നിന്നു. അയാൾ പൂശിയ സുഗന്ധതൈലങ്ങളുടെ രൂക്ഷത എനിക്കു മോഹാലസ്യമുണ്ടാക്കി. കൈകൾ ഉയർത്തിപ്പിടിച്ച് അയാൾ ചുറ്റുമുണ്ടായിരുന്ന സ്ത്രീകളോട് അകന്നുനില്ക്കാൻ ആജ്ഞ നല്കി. അയാൾ എന്തിനുള്ള പുറപ്പാടാണെന്ന് എന്റെ ഹൃദയം മിടിച്ചു.

"പ്രിയ സീതേ, ഭരണകാര്യങ്ങൾക്കിടയിൽ സമയം കിട്ടാത്തതുകൊണ്ടാണ് നാം എത്താതിരുന്നത്. ഇനിയെന്തിനീ അകലം? ഏതു രാമനെയാണോ നീ പ്രതീക്ഷിക്കുന്നത് അവൻ വരുമെങ്കിൽ ഇതിനകം വരേണ്ടതായിരുന്നു. രാവണന്റെ മുന്നിൽ എത്തുവാൻ ആ മനുഷ്യപ്പുഴുവിനു ഭയമായിരിക്കും. അവൻ ഇതിനകം നിന്നെ മറന്നുകാണും. അല്ലെങ്കിലും ആ വിഡ്ഢി നിനക്കു തുല്യനല്ല. ഈ അസുലഭ സൗന്ദര്യം കാനനത്തിനെറിഞ്ഞുകൊടുത്ത ആ ദശരഥകുമാരനെ നീയും മറന്നുകളയുക. എന്നിട്ട്, നിനക്കു മുന്നിൽ മനം നിറയെ പ്രേമവുമായി നില്ക്കുന്ന എന്നെ സ്വീകരിക്കുക." ഒന്നു ശ്വാസമെടുത്തിട്ട് അയാൾ തുടർന്നു, "എന്റെ കൊട്ടാരത്തിൽ അതിസുന്ദരിമാരായ ഒട്ടേറെ പേരുണ്ട്. പക്ഷേ, ഈ രാവണൻ നിന്നെ മാത്രം ആഗ്രഹിക്കുന്നു. നിന്റെ സൗന്ദര്യം മറ്റെല്ലാരേക്കാളും മീതെ നില്ക്കുന്നതായി അംഗീകരിക്കുന്നു. നീ മുഖം കൊണ്ടു ചന്ദ്രനെയും ലജ്ജിപ്പിക്കുന്നു. ഈ സൗന്ദര്യം ലങ്കാരാജനു മാത്രം അവകാശപ്പെട്ടതാണ്. എനിക്കു നിന്നോടുള്ള അകമഴിഞ്ഞ സ്നേഹം നീ മനസ്സിലാക്കുക. ദുഃഖം വെടിഞ്ഞ് സ്ഥിരചിത്തയായി ചിന്തിക്കൂ, രാമനുമായുള്ള സർവ്വബന്ധങ്ങളും പറിച്ചെറിഞ്ഞ് ലങ്കയുടെ പട്ടമഹിഷീപദം സ്വീകരിച്ചാലും."

അയാളുടെ സ്വരത്തിലെ അഹങ്കാരം എന്നെ അടിമുടി ക്രോധത്തിലാഴ്ത്തി. കരങ്ങൾ നീട്ടിപ്പിടിച്ചുള്ള ആ നില്പ് ദേഷ്യം കൂട്ടിയതേയുള്ളൂ. മനുഷ്യപ്പുഴു എന്നു രഘുരാമനെ വിളിച്ചത് എന്നെ മറുപടി പറയാൻ നിർബ്ബന്ധിതയാക്കി. തലയിൽ ചൂടിയ ഉണക്കപ്പുല്ല് ഞാൻ പറിച്ചു മുന്നിൽ വെച്ചു. രഘുരാമന്റെ ധർമ്മപത്നിയായ എനിക്ക് ഈ രാക്ഷസാധിപൻ പുല്ലിനു സമാനമാണ്. അയാളുടെ മുഖത്തു നോക്കി സംസാരിക്കുന്നുവെന്ന വിഷമവും മാറിക്കിട്ടും.

"രാവണാ, നീയിതുവരെ നടത്തിയ പോരാട്ടങ്ങളിൽ വിജയം നിനക്കൊപ്പമായിരുന്നു. എന്തെന്നാൽ ഇതുവരെയും നീ രഘുരാമനുമായി ഏറ്റുമുട്ടിയിട്ടില്ല. അദ്ദേഹത്തിനു മുന്നിൽ നിന്റെയീ നിർലജ്ജമായ ശിരസ്സ് അറ്റുവീഴുന്നതായിരിക്കും. ഞാൻ എവിടെയാണെന്നറിയാത്തതുകൊണ്ടു മാത്രമാണ് അദ്ദേഹം ഇവിടെയെത്താത്തത്. നിന്നെപ്പോലൊരു ദ്രോഹിക്കു മുന്നിൽ വരുവാൻ അദ്ദേഹത്തിന് ഭയമെന്തെന്നറിയുകപോലുമില്ല. അയോദ്ധ്യയുടെ കിരീടം ത്യജിച്ച് സത്യപാലനത്തിനായി വനവാസം സ്വീകരിച്ച രാമദേവന്റെ ഔന്നത്യവും നിനക്കുൾക്കൊള്ളാൻ കഴിയില്ല. നീ വെട്ടിപ്പിടിക്കുവാനും കൊള്ളയടിക്കുവാനും ശീലിച്ചവനാണ്. എന്റെ രാമദേവൻ ദാനം ചെയ്യാനും ത്യജിക്കാനും അറിയുന്നവനാണ്. അദ്ദേഹം ലങ്കയിലെത്തുന്ന നിമിഷം നിന്റെ ഭൂജീവിതം അവസാനിക്കുകയായി എന്നു മനസ്സിലാക്കിക്കൊള്ളുക. സ്വന്തം കുടുംബത്തെയും പ്രജകളെയും അനാഥരാക്കുവാനുള്ള

ഈ യാത്ര ഇപ്പോൾ അവസാനിപ്പിക്കുന്നതാണ് നല്ലത്. ലങ്കയുടെ നിലനില്പിനായി എന്നെ മടക്കിനല്കുക. രഘുരാമന്റെ പുണ്യപാദങ്ങളിൽ വീണു മാപ്പു പറയുക. എല്ലാം പൊറുക്കുന്ന ആ ധീരൻ നിനക്കു മാപ്പുതരും."

അഭിമാനിയായ ആ രാജാവിനെ എന്റെ വാക്കുകൾ കുത്തിനോവിച്ചു. ഹസ്തതാഡനത്തിലൂടെ മിന്നൽപ്പിണരുകൾ പായിച്ച് അയാൾ എന്റെ നേർക്കടുത്തു. ചുറ്റിലും ആർത്തനാദങ്ങൾ കേട്ടു. രാവണന്റെ പ്രണയവും വിനയവും പോയിമറഞ്ഞു. ക്രുദ്ധനായ ഒരു വന്യജീവിയെപ്പോലെ അയാൾ മുരണ്ടു.

"രാവണനെയും രാമനെയും തുലനം ചെയ്യുവാനുള്ള ധൈര്യം നീ കാട്ടുമെന്നു കരുതിയില്ല. നിന്റെ സൗന്ദര്യത്തോടും ലാവണ്യത്തോടുമുള്ള എന്റെ മതിപ്പ് അഹങ്കാരം കൊണ്ടു നീ നഷ്ടപ്പെടുത്തി. എന്റെ പ്രണയത്തെ നീ ഹീനമായി തിരസ്കരിച്ചു. മഹാനായ ലങ്കാരാജാവിന്റെ കരുത്തിനു മേൽ പുച്ഛം പ്രകടിപ്പിച്ചു. ഹേ സീതേ, ഇതു നിന്റെ രഘുരാമനല്ല. അഭിമാനിയായ രാവണനാണ്. അജയ്യനും അതുല്യബലവാനുമായ രാക്ഷസചക്രവർത്തി. എന്നോടു കാട്ടിയ ധിക്കാരത്തിന് നീ വധാർഹയാണ്. നിന്നെ ഞാനിതാ ശിക്ഷിക്കുന്നു."

രാവണൻ കിടുങ്ങുന്ന ശബ്ദത്തോടെ വാൾ വലിച്ചൂരി. അതിന്റെ തിളക്കത്തിൽ എന്റെ കണ്ണു മഞ്ഞളിച്ചു. അറിയാതെ കൈകൊണ്ടു മുഖം പൊത്തിപ്പോയി. പെട്ടെന്നൊരു ശബ്ദം. അതിന്റെ തീവ്രതയിൽ മരക്കൊമ്പിൽ ചേക്കേറിയ പക്ഷികൾ ഒരുമിച്ചു ചിറകടിച്ചുയർന്നു.

മരിച്ചെന്നുതന്നെ കരുതി. പക്ഷേ, വാസ്തവം മറ്റൊന്നായിരുന്നു. രാവണന്റെ പൂജ്യമായ ചന്ദ്രഹാസം എന്റെ കാലിനരികിൽ വീണുകിടന്നു. അതിൽ ഞാനെന്റെ പകച്ചകണ്ണുകൾ കണ്ടു. തലയുയർത്തി നോക്കിയപ്പോൾ മുന്നിൽ രാവണന്റെ കുനിഞ്ഞ ശിരസ്സ്. അയാൾക്കു തൊട്ടരികിൽ തിളയ്ക്കുന്ന മുഖവുമായി മണ്ഡോദരി!

കോപാവേശത്തിൽ മണ്ഡോദരി വിറയ്ക്കുന്നുണ്ടായിരുന്നു. അവരെ അഭിമുഖീകരിക്കാനാകാതെ രാക്ഷസരാജാവ് നിലത്തേക്ക് കണ്ണുംനട്ട് നിന്നു. മണ്ഡോദരിയുടെ മുടിയിൽനിന്നും വെള്ളത്തുള്ളികൾ ഇറ്റുവീണു. അവർ കുളികഴിഞ്ഞ് ആഭരണങ്ങൾപോലും അണിഞ്ഞിരുന്നില്ല. സിന്ദൂരം മാത്രം ധരിച്ചിരുന്നു. മനോഹരമായ അവരുടെ മിഴികൾ ചുവന്നു കലങ്ങി തുറിച്ചുനിന്നു. അവർ സംസാരിക്കാൻ തുടങ്ങിയപ്പോൾ ശബ്ദം പ്രളയത്തെ അനുസ്മരിപ്പിച്ചു.

"മഹാനും തപസ്വിനിയുമായ ലങ്കാചക്രവർത്തി സ്ത്രീവധം ചെയ്യുന്നുവോ? ലങ്കയുടെ ഐശ്വര്യത്തെ ഒറ്റയടിക്ക് ഇല്ലാതാക്കുവാൻ എങ്ങനെ തോന്നി? ഈ പാതകം നന്മവരുത്തും എന്നു കരുതിയോ? അബലയും പതിവ്രതയും വിശിഷ്ടയുമായ ഒരു സ്ത്രീയെ അപഹരിച്ചു. ഇനിയവരെ കൊലപ്പെടുത്തുകയും ചെയ്യുന്നുവോ? ഈ ശാപങ്ങൾ താങ്ങുവാൻ രാവണന്റെ ചുമലുകൾക്ക് കരുത്തില്ല."

പറയാനുള്ളത് ഒറ്റശ്വാസത്തിൽ പറഞ്ഞുതീർത്ത് അവർ അമർത്തിച്ചവിട്ടി അകത്തേക്കു പോയി. രാവണന്റെ അപരാധഭാവം ഒരു നിമിഷം

ദീർഘിച്ചുനിന്നു. കുനിഞ്ഞ് വാൾ കൈയിലെടുത്ത് അയാളും നടന്നു മറഞ്ഞു. പോകുന്നതിനുമുൻപ് എന്നെയൊന്നു തറപ്പിച്ചു നോക്കുക മാത്രം ചെയ്തു.

തങ്ങളുടെ അധിപനേറ്റ അപമാനം രാക്ഷസികളുടെ വികാരമേറ്റി. അവരെന്റെ മേൽ ശാപങ്ങൾ ചൊരിഞ്ഞു. എന്നെ കുറ്റപ്പെടുത്തി. രാവണന് രണ്ടു മാസത്തിനകം അത്താഴമാകും എന്നു ഭീഷണി മുഴക്കി. താങ്ങാവുന്നതിലും ക്രൂരതകൾ കേട്ടുകഴിഞ്ഞപ്പോൾ ഞാൻ തളർന്നു. മരച്ചുവട്ടിൽ മരണത്തിനായി പ്രാർത്ഥിച്ചുകൊണ്ട് നിശ്ശബ്ദയായി നിന്നു.

'ദേവകളേ, ഞാനേതൊരു കുറ്റം ചെയ്തിട്ടാണ് നിങ്ങളെന്നെ ഈ വിധം പരീക്ഷിക്കുന്നത്? ജീവനെക്കാൾ പ്രിയപ്പെട്ട രാമനിൽനിന്നും പറിച്ചെടുത്ത് ഈ ശാപവചനങ്ങൾക്കു മുന്നിൽ എന്തിനെന്നെ തളച്ചിട്ടു? എനിക്കീ ജീവിതം മടുത്തു. ഞാനെല്ലാം അവസാനിപ്പിക്കുന്നു. എന്റെ മരണംകൊണ്ടു ഞാൻ മുക്തയാകട്ടെ.'

അശോകവൃക്ഷത്തിന്റെ ചാഞ്ഞുകിടന്ന ശിഖരങ്ങളിൽ കൈവെച്ചു നിന്നപ്പോൾ എന്റെ തീരുമാനത്തിൽ കുറ്റബോധം തോന്നി. ഞാനീ ചെയ്യുന്നതിലൂടെ രാവണൻ പിന്നെയും വിജയിക്കുകയല്ലേ എന്നൊരു സംശയം. ജീവിതത്തിൽ തുടർച്ച വേണോ, വിരാമം വേണോ എന്ന സന്ദേഹത്തിൽ നിശ്ചലയായി നിന്നുപോയി.

"ഗുണങ്ങളിൽ ഋഷിതുല്യനും കരുത്തിൽ ദേവതുല്യനുമായ ശ്രീരാമദേവന്റെ കഥ കാതിനിമ്പമേകുന്നു. ത്യാഗത്തിന്റെ ആ ജീവിതാഭിജ്ഞാനം ആരെയും മോക്ഷപ്രാപ്തനാക്കുന്നു."

എവിടെനിന്നെന്നില്ലാതെ ഒരു ശബ്ദം. ഉച്ചാരണം പണ്ഡിതന്റെയും വാഗ്മിയുടെയുംപോലെ. രാമകഥ പറയുന്നതിൽ സ്വാഭാവികതയും നന്മയും നിറഞ്ഞിരിക്കുന്നു.

"പ്രാണവല്ലഭയെ പിരിഞ്ഞതിൽ അകം നീറുന്ന രാമദേവനും ജ്യേഷ്ഠത്തിയെ തിരയുന്ന ലക്ഷ്മണകുമാരനും കിഷ്കിന്ധയിലുണ്ട്. കിഷ്കിന്ധാരാജാവ് സുഗ്രീവനുമായി സഖ്യം ചെയ്ത രഘുരാമൻ പത്നി സീതയെ കണ്ടെത്തുവാൻ നാലു ദിക്കിലേക്കും വാനരവീരന്മാരെ അയച്ചിരിക്കുന്നു. അവരിലൊരാളായ ഞാൻ ലങ്കയിലെത്തി അവിടുത്തെ കണ്ടെത്തിയിരിക്കുന്നു."

ഇരുളിൽ അവ്യക്തമായ വൃക്ഷത്തിനു മുകളിലേക്ക് ഞാൻ നോക്കി. താഴ്ന്ന ശിഖരത്തിന്മേൽ ശുഭ്രവസ്ത്രധാരിയായിരിക്കുന്ന തേജസ്വിയായ ഒരു വാനരനെ കണ്ടു. കൈകൾ കൂപ്പി അയാൾ എന്നെ വന്ദിച്ചു. വീണ്ടും രാമകഥനം തുടർന്നു:

"സീതയെ കൊണ്ടുപോയത് എവിടെയന്നറിയാതെ ഉഴന്ന പ്രഭു രഘുരാമചന്ദ്രൻ ദുഃഖത്താൽ മനംനൊന്തു കരയുന്നതു ഞാൻ കണ്ടു. ജ്യേഷ്ഠനെ എങ്ങനെ സമാധാനിപ്പിക്കുമെന്നറിയാതെ വേദനിക്കുന്ന കരുത്തനായ സൗമിത്രിയെയും ഞാൻ കണ്ടു. ബുദ്ധി, ധൈര്യം, വിനയം, വിവേകം, ബലം എന്നിങ്ങനെ സർവ്വഗുണങ്ങളും കുടികൊള്ളുന്ന ആ സഹോദരന്മാർ ഐശ്വര്യം കൈവിട്ട് വ്യസനിക്കുന്നതിന് ഞാൻ സാക്ഷിയായി. പക്ഷേ, പ്രഭുവിന്റെ ദുഃഖം അകറ്റുന്നതിനായി ഞാൻ അവിടുത്തെ കണ്ടെത്തിയിരിക്കുന്നു. രഘുരാമന്റെ പ്രാണനായ സീതയെ ലങ്കാനഗരി

യിൽ വന്നു ഞാൻ കണ്ടെത്തി. ഏറെത്താമസിയാതെ അവിടുത്തേക്ക് പ്രിയസമാഗമം ഉണ്ടാകുമെന്ന് വാനരമന്ത്രിയും പവനപുത്രനുമായ ആഞ്ജനേയൻ ഉറപ്പുതരുന്നു."

ഇത്രയും പറഞ്ഞശേഷം ആ വാനരൻ താഴെയിറങ്ങിവന്നു. കൈ കൂപ്പി നില്ക്കുന്ന ആ രൂപത്തെ കണ്ടപ്പോൾ എനിക്കു പിന്നെയും ദുഃഖ മേറി. ഇത്രയും കാവലുള്ള ലങ്കയിൽ അന്യരാരും പ്രവേശിക്കുക സാദ്ധ്യ മല്ല. അയാളുടെ വാസ്തവം മനസ്സിലാക്കുവാനായി ചോദിച്ചു:

"ലക്ഷണയുക്തനായ എന്റെ പതി ശ്രീരാമനെയും സഹോദരൻ ലക്ഷ്മണനെയും കുറിച്ചു പറയുക. അവർ നിങ്ങളുമായി എങ്ങനെ കണ്ടു മുട്ടി? കിഷ്കിന്ധാരാജ്യത്തെയും രാജാവിനെയുംപ്പറ്റി പറഞ്ഞാലും."

വിനീതഭാവത്തിൽ തല കുനിച്ചുകൊണ്ട് ആ വാനരവീരൻ പറഞ്ഞു തുടങ്ങി. അയാളുടെ പറച്ചിലിന് സത്യത്തിന്റെ ആവരണമുള്ളതായി എനി ക്കനുഭവപ്പെട്ടു.

"കിഷ്കിന്ധാ രാജാവായ സുഗ്രീവന്റെ മന്ത്രി ഹനുമാനാണ് ഞാൻ. അഗ്രജനായ ബാലി, സുഗ്രീവനെ കൊട്ടാരത്തിൽനിന്നും പുറത്താക്കി സുഗ്രീ വപത്നി രുമയെ കൈവശപ്പെടുത്തിയപ്പോൾ ഞങ്ങൾ ഋഷ്യമൂ കാചല ത്തിൽ അഭയം പ്രാപിച്ചു. ശാപവശാൽ അവിടേക്ക് ബാലിക്കു പ്രവേശനം സാദ്ധ്യമായിരുന്നില്ല. ഭവതിയെ തിരഞ്ഞ് യാത്രയിലായിരുന്ന രാമലക്ഷ്മ ണന്മാർ എത്തിച്ചേർന്നത് ആ പർവ്വതത്തിലാണ്. സുഗ്രീവനുമായി സഖ്യം ചേർന്ന ദശരഥനന്ദനൻ ശ്രീരാമൻ, ബാലിയെ വധിച്ച് സുഗ്രീവനു രാജ്യം നല്കി. സുഗ്രീവൻ അദ്ദേഹത്തിന് പ്രത്യുപകാരമായി അവിടുത്തെ വീണ്ടെ ടുക്കാൻ സഹായിക്കാം എന്ന വാഗ്ദാനം നല്കി. അതു പാലിക്കുവാനും ഭവതിയെ കണ്ടെത്തുവാനുമായി അയച്ചതാണ് എന്നെ. അവിടുത്തെ വിശ്വസിപ്പിക്കുവാനായി സ്വന്തം അംഗുലീയവും തന്നുവിട്ടിരിക്കുന്നു."

അയാൾ ഒന്നു വണങ്ങി മടിക്കെട്ടിൽനിന്നും അമൂല്യമായ രാമാംഗു ലീയമെടുത്ത് എനിക്കു തന്നു. ആ സന്തോഷം എനിക്കു താങ്ങാനായില്ല. കാലുകൾ കുഴഞ്ഞ് നിലത്തിരുന്നുപോയി. മുന്നിൽ വിനീതനായി തല താഴ്ത്തി നില്ക്കുന്ന രാമദൂതനെ കൈകൂപ്പി വന്ദിക്കുവാൻ തോന്നി.

"ഹനുമാൻ, താങ്കളെ ഈ നിമിഷം മുതൽ ഞാൻ ദേവഗണങ്ങളിൽ പ്പെടുത്തുന്നു. ഇപ്പോൾ നിങ്ങളെനിക്കു ചെയ്ത ഈ ഉപകാരം ജീവദാനം തന്നെയാണ്. രഘുരാമൻ എന്നെ വീണ്ടെടുക്കാനായി വരുന്നു എന്ന വാർത്തതന്നെ എന്നെ ജീവിപ്പിക്കുന്നു. സ്ത്രീഹൃദയം സംശയ കലുഷ മാണല്ലോ. നിങ്ങൾ സൈന്യത്തോടൊപ്പം എങ്ങനെയാണ് ലങ്കയിൽ എത്തിച്ചേരുക?"

എന്റെ അക്ഷമ അയാളെ തെല്ലും അത്ഭുതപ്പെടുത്തിയില്ല. കുറച്ചു മുന്നിലേക്കു നീങ്ങിനിന്ന് അയാൾ അഭിമാനപൂർവ്വം മറുപടി പറഞ്ഞു:

"ഞാൻ തിരിച്ചെത്തിയാലുടൻ സൈന്യം ലങ്കയിലെത്തും എന്നുറച്ചു വിശ്വസിച്ചാലും. ശ്രീരാമദേവന്റെ വിജയശ്രീലാളിതനായുള്ള ശംഖധ്വനി ലങ്കയുടെ ആകാശത്ത് മുഴങ്ങും. ദേവിക്ക് അത്രയും താമസം അസഹ്യ മായ വേദനയാണെങ്കിൽ ഈ നിമിഷം ഞാൻ രാമദേവസമീപം

എത്തിക്കാം.”

അയാൾ പറഞ്ഞത് ഗൗരവത്തോടെയാണെന്നു വ്യക്തം. തികച്ചും ആത്മാർത്ഥവും. ആ നല്ല സുഹൃത്തിനെ സ്നേഹാദരങ്ങളോടെ നോക്കിക്കൊണ്ട് ഞാൻ നിഷേധിച്ചു.

“അതു വേണ്ട. രാവണൻ കവർന്ന പത്നിയെ രാമൻ ദൂതനെ വിട്ടു കവർന്നു എന്ന ദുഷ്പ്പേര് വരുത്താനേ അതിടയാക്കൂ. എനിക്കിപ്പോൾ വിശ്വാസമുണ്ട്. ആര്യപുത്രൻ വരും എനിക്കുവേണ്ടി.”

ചേലത്തുമ്പിൽ കെട്ടിയിരിക്കുന്ന ചൂഡാരത്നം ഞാൻ അടയാളമായി ഹനുമാനു നല്കി. ഒട്ടു ലജ്ജയോടെ ജയന്തന്റെ കഥയും പറഞ്ഞു.

ചൂഡാരത്നത്തെ ഭക്തിയോടെ തൊഴുതു ഹനുമാൻ. പിന്നെ, എന്നെ ഒന്നുകൂടി വന്ദിച്ചു.

“ഞാൻ പോവുകയാണ്, ദേവീ. അവിടുന്ന് പ്രതീക്ഷയോടെ ദേവനെ കാത്തിരുന്നാലും. അദ്ദേഹം സൈന്യസമേതം സമുദ്രം കടന്ന് ഇവിടെയെത്താനും രാവണന്റെ പ്രാണനെടുക്കാനും ഇനി വൈകില്ല.”

അയാൾ തിരിഞ്ഞു നടന്നപ്പോൾ ഞാൻ കണ്ണു തുടച്ചു. ജീവിതത്തിൽ ഉണർവ്വു വന്നതുപോലെ. നവോന്മേഷത്തിന്റെ പ്രഭയിൽ ആര്യപുത്രന്റെ അംഗുലീയം ചേർത്തു പിടിച്ചുകൊണ്ടു നിന്നു. ലങ്കയുടെ താഴികക്കുടം രാത്രിയെ വെല്ലുവിളിച്ചുകൊണ്ട് ഉയർന്നു നില്ക്കുന്നു. ഈ അപ്രമാദിത്വമിതാ അവസാനിക്കാൻ പോകുന്നു.

ചിന്തയുടെയും പ്രതീക്ഷയുടെയും ആ രാത്രിയിൽ ഹനുമാൻ ഒരിക്കൽക്കൂടി അവിടേക്കു വന്നു. അയാൾ ഇതുവരെയും പോയില്ലേ എന്നു ഞാനത്ഭുതപ്പെട്ടു.

“ശ്രീരാമന്റെ ദൂതൻ നിസ്സാരനല്ലെന്ന് രാവണനെ നന്നായി അറിയിച്ചിരിക്കുന്നു. ലങ്കാനഗരിയെ അടിയൻ ചുട്ടുപൊള്ളിച്ചിട്ടുണ്ട്. സീതാദേവിക്കു വേണ്ടിയുള്ള പോരാട്ടം ആരംഭിച്ചു എന്നയാളോടും പറഞ്ഞു കഴിഞ്ഞു. ഇനി ഞാൻ തിരിച്ചു പോകുന്നു, ദേവനെ ആനയിക്കുവാനുള്ള പാത ഒരുക്കുവാൻ.”

പിന്നെ അയാൾ പോയി. ഹനുമാൻ എരിച്ച പട്ടണപ്രദേശങ്ങളിലേക്ക് ജലകുംഭങ്ങളുമായി ലങ്കാനിവാസികൾ ധൃതിപ്പെട്ട് പായുന്നത് കണ്ടു. ലങ്കയ്ക്കു മുകളിൽ പുകപടലങ്ങൾ ഉയർന്നു. രോദനങ്ങളും ഉയർന്നുകേട്ടു.

ഞാനെഴുന്നേറ്റുനിന്ന് വിദൂരതയിലേക്കു നോക്കി. സമുദ്രത്തിന്റെ നിലയ്ക്കാത്ത സംഗീതം കേട്ടു. നാളെയൊരിക്കൽ അവിടെ യുദ്ധകാഹളം മുഴങ്ങും. വാളുകളും ഗദകളും കൂട്ടിയുരസി തീപ്പൊരി ചിതറും. അവസാനം, ഒരു ശംഖനാദം കേൾക്കും. വിജയത്തിന്റെ, ധർമ്മത്തിന്റെ, സ്നേഹത്തിന്റെ, മുപ്പാരും മുഴങ്ങുന്ന ശംഖനാദം.

ആറ്

അശോകവനത്തിലെ പക്ഷിക്കൂട്ടത്തെ ഭയപ്പെടുത്തുമാറ് ദൂരെ യുദ്ധ കാഹളം ഉയർന്നു. ഭീഷണമായ യുദ്ധം തുടങ്ങുകയായി. സത്യവും അസ ത്യവും ധർമ്മവും അധർമ്മവും തമ്മിലുള്ള യുദ്ധം. രാമനും രാവണനും സീതയ്ക്കായി നടത്തുന്ന യുദ്ധം!

എന്റെ പ്രിയൻ എന്നെ വീണ്ടെടുക്കാനായി കടൽകടന്ന് ലങ്കയി ലെത്തി എന്ന വാർത്ത ഒരുപാട് സന്തോഷിപ്പിച്ചു. വിവരമറിയിച്ച വിഭീഷ ണപത്നിയുടെ ദൂതയ്ക്കു നല്കാൻ വിലപിടിപ്പുള്ള ഒന്നും കൈയിലില്ല എന്ന ദുഃഖം മാത്രം അവശേഷിച്ചു.

രാമൻ സ്വതവേ ശക്തനാണ്. നഷ്ടവും വിരഹവും ക്രോധവും വീര്യത്തെ ജ്വലിപ്പിക്കുകയേയുള്ളൂ. രാമനു മുന്നിൽ രാവണൻ നിസ്സം ശയം തകർന്നടിയും. കൊടുങ്കാറ്റിലെ വൃക്ഷംപോലെ രാവണന്റെ ശിരസ്സ് താഴുന്നതു ഞാൻ സ്വപ്നം കണ്ടു.

യുദ്ധഭൂമി ഇവിടന്നു നോക്കിയാൽ കാണുന്നതിനും അപ്പുറമാണ്. വാർത്തകളറിയാൻ ചാരന്മാരുമില്ല. വിഭീഷണപത്നി സരമയാണ് വല്ല പ്പോഴും വർത്തമാനത്തിനെത്തുക; ത്രിജടവല്യമ്മയും. അവർ വരുമ്പോഴേ വല്ലതുമൊക്കെ മിണ്ടാറുള്ളൂ.

ലങ്കയുടെ പ്രധാനവീരന്മാർ പതിക്കുമ്പോഴൊക്കെ കൊട്ടാരത്തിൽ ദുഃഖാചരണം നടന്നു. വിധവകളുടെ നോട്ടം ഉയർന്നപ്പോഴൊക്കെ തല കുമ്പിട്ടിരുന്നു. ആ ക്രോധത്തിനു മുന്നിൽ ഭഗവാനും നിസ്സഹായനാണ്.

കുറച്ചുനാൾക്കകംതന്നെ രാവണപക്ഷത്തിന്റെ തോല്‌വിയുടെ കണ ക്കറിഞ്ഞു. പ്രമുഖരായ പലരും വീണു. അവരിൽത്തന്നെ രാവണന്റെ വലം കൈയായ കുംഭകർണ്ണനും പെടും. മഹാബലനായ ആ യുദ്ധവീരന്റെ ആകാരത്തെക്കുറിച്ചോർത്ത് ഭയന്നിരുന്നു. പക്ഷേ, അയാൾ ഏറെനേരം യുദ്ധഭൂമിയിൽ നിന്നില്ല. അതിനു മുൻപേ വധിക്കപ്പെട്ടു.

യുദ്ധം തുടങ്ങിയപ്പോൾ മുതൽ ചുറ്റുമുയർന്ന വിലാപങ്ങളിൽ ഞാൻ അസ്വസ്ഥയായിരുന്നെങ്കിലും രാവണന്റെ വരവു മുടങ്ങിയതിൽ ആശ്വാസമുണ്ടായിരുന്നു. അന്നത്തെ സംഭവത്തിനുശേഷം മണ്ഡോദരി കർശനമായി വിലക്കിയിട്ടുണ്ടാകും.

ലങ്കയുടെ കുത്തഴിഞ്ഞ ഈയവസ്ഥ സഹതാപമുയർത്തി. രാവണൻ പ്രജാഹിതമനുസരിച്ച് ഒട്ടേറെ പ്രവർത്തനങ്ങൾ നടത്തി. ജനങ്ങളുടെ ജീവിതസൗകര്യം മെച്ചപ്പെടുത്തി. ഐശ്വര്യമുള്ള സകലതും ലങ്കയിലെത്തിച്ചു. പക്ഷേ, അയാൾ ചെയ്ത ഒരു തെറ്റ് ഇന്നാ നന്മകളെയെല്ലാം കുഴിച്ചുമൂടുന്നു.

ധൂമ്രാക്ഷൻ, പ്രഹസ്തൻ, അതികായൻ തുടങ്ങി ലങ്കയുടെ വൻതൂണുകൾ നിലംപതിച്ചു കഴിഞ്ഞു. രാവണന്റെ മാതുലൻ പ്രഹസ്തനുവേണ്ടി ലങ്കയിലെങ്ങും ദുഃഖാചരണങ്ങൾ നടന്നു. അയാളുടെ മരണം രാക്ഷസവംശത്തെ ഒന്നുകൂടി മദോന്മത്തരാക്കി. യുവരാജാവ് ഇന്ദ്രജിത്ത് നേരിട്ടു പോരിനിറങ്ങാൻ മാത്രം വലുതായിരുന്നു ആ വിയോഗങ്ങൾ.

ഇന്ദ്രജിത്തിന്റെ വിജയകഥകൾ അതിനകം ധാരാളം കേട്ടുകഴിഞ്ഞിരുന്നു. രാവണപുത്രനായ മേഘനാദൻ ഇന്ദ്രജിത്തെന്ന ഖ്യാതി നേടിയെടുത്തത് തന്റെ അമേയമായ യുദ്ധവീര്യംകൊണ്ടാണ്. മായായുദ്ധ പ്രവീണനാണ് ഈ യുവരാജാവ്.

ആദ്യ ദിവസംതന്നെ ഇന്ദ്രജിത്ത് തന്റെ കൗശലങ്ങൾ കാണിച്ചുതുടങ്ങി. സമ്മോഹനാസ്ത്രത്താൽ സകലരെയും വീഴ്ത്തിയാണ് അയാൾ മടങ്ങിയതത്രേ! എന്റെ ആവേശം കെട്ടു. യുദ്ധത്തിൽ സത്യം പരാജയപ്പെടുമോ എന്ന ചോദ്യം ആദ്യമായി മനസ്സിൽ ഉയർന്നത് ആ രാത്രിയാണ്.

ലങ്കയിൽ വിജയാഘോഷം തകൃതിയായി നടക്കുന്നു. ദീപങ്ങൾ കണ്ണഞ്ചിപ്പിക്കും തരത്തിൽ തിളങ്ങിക്കത്തി. അപ്സരസ്സുകളുടെ നൃത്തവും ഗാനവുമുണ്ട്. ദിവസങ്ങൾക്കുശേഷം കിട്ടിയ മേൽക്കൈയിൽ അവർ വിയോഗങ്ങൾ വിസ്മരിച്ചുകഴിഞ്ഞു. സഹോദരന്മാർക്കും സുഹൃത്തുക്കൾക്കും വേണ്ടി നടത്തിയ ശേഷക്രിയകൾപോലും മറന്ന് ലങ്കാധിപൻ ആഘോഷിക്കുകയാണ്.

പടനിലത്തിൽനിന്നുള്ള ഒരു വാർത്തയ്ക്കായി ഞാൻ പിടഞ്ഞു. ആരെങ്കിലും ഒന്നു വന്നിരുന്നെങ്കിൽ... സരമയുടെ തോഴിമാരെയെങ്കിലും കാണാൻ കൊതിച്ചു. അവരെല്ലാം രാവണന്റെ സന്തോഷത്തിൽ പങ്കുകൊള്ളാൻ പോയതാകാം. ഇന്നവർക്ക് സന്തോഷത്തിന്റെ രാത്രിയാണ്. ആര്യപുത്രനെക്കുറിച്ചും ലക്ഷ്മണനെക്കുറിച്ചും ഹനുമാനെക്കുറിച്ചും ഭയാശങ്കകളോടെ ചിന്തിച്ചു.

സീതേയെന്നുള്ള അമർത്തിപ്പിടിച്ച വിളിയാണ് ഉണർത്തിയത്. അതൊരു യുവതിയായിരുന്നു. വസ്ത്രാലങ്കാരങ്ങൾ കണ്ടിടത്തോളം രാജാംഗം. അവളുടെ ശിരോലങ്കാരത്തിന്റെ പ്രഭ കണ്ണിനെ വേദനിപ്പിച്ചു. മൂടുപടം മാറ്റി അവൾ എനിക്കരികിലേക്കു നീങ്ങിയിരുന്നു. അത് സരമയായിരുന്നു.

“സീതേ, ഭയപ്പെടാതിരിക്കുക. രാമലക്ഷ്മണന്മാർ സുഖപ്പെട്ടു

കഴിഞ്ഞു. ഹനുമാന്റെ വൈദ്യശുശ്രൂഷ അവരെ ഉണർത്തി. ലങ്കയിൽ കടന്ന് ആക്രമിക്കാൻ നിന്റെ പതി ഉത്തരവു നല്കിക്കഴിഞ്ഞു. ഞാൻ അന്തപ്പുരത്തിലേക്കു പോവുകയാണ്. യുദ്ധം ഒരിക്കലും സ്ത്രീകൾക്കു സുരക്ഷിതമല്ല."

അവൾ നടന്നുമറഞ്ഞപ്പോൾ ഒരു നന്ദിവാക്കുപോലും പറയാൻ കഴിഞ്ഞില്ല. ഒരു നല്ല സുഹൃത്താണവൾ. എത്ര താല്പര്യത്തോടെയാണ് വിവരങ്ങൾ ധരിപ്പിച്ചത്. ഭർത്താവ് വിഭീഷണന്റെ ധർമ്മപാത ശുഷ്കാന്തിയോടെ പിന്തുടരുന്ന സരമ തീർച്ചയായും ആരാദ്ധ്യയാണ്.

അപ്പോൾ രാമലക്ഷ്മണന്മാർ സുരക്ഷിതരാണ്. ഒരിക്കൽക്കൂടി ഹനുമാൻ എനിക്ക് ജീവിതം തിരിച്ചുതന്നിരിക്കുന്നു. മനസ്സ് കൃതജ്ഞത കൊണ്ട് തുളുമ്പി. എങ്കിലും ലങ്കയിലെ രാത്രിപോരാട്ടം നീതിയായി തോന്നിയില്ല. വൃദ്ധന്മാരെയും കുട്ടികളെയും സ്ത്രീകളെയും അത് ദോഷമായേ ബാധിക്കൂ.

ഏതാനും നിമിഷങ്ങൾക്കകം ആയുധങ്ങളുടെ കൂട്ടിയുരസലുകൾ കേട്ടു. രാത്രിയുദ്ധം തുടങ്ങിക്കഴിഞ്ഞു. വിലാപങ്ങളും ആക്രോശങ്ങളും വെല്ലുവിളികളും മുഴങ്ങി. കോട്ടവാതിലുകൾ കാതടിപ്പിക്കുന്ന ശബ്ദത്തോടെ അടയ്ക്കുകയോ തുറക്കുകയോ ചെയ്യപ്പെട്ടു.

പിന്നീടെല്ലാം ശാന്തമായി. ആ പോരാട്ടം അവസാനിച്ചു. എന്താണു സംഭവിച്ചതെന്ന് അശോകവനത്തിൽ ആർക്കും അറിയാൻ കഴിഞ്ഞില്ല. സരമ ഇനിയും വരുമായിരിക്കും. അവളുടെ യുദ്ധവൃത്താന്തം കേൾക്കാനുള്ള അതിയായ ആഗ്രഹത്തോടെ സമയം തള്ളിനീക്കി.

ഇത്തവണ വന്നത് സരമയുടെ തോഴിയായിരുന്നു, സരമയ്ക്കു നല്ല സുഖമില്ലെന്ന്. രാത്രിയിൽ നടന്ന രണവും ലങ്കയ്ക്കു നഷ്ടമുണ്ടാക്കി. പല കെട്ടിടങ്ങൾക്കും തീപിടിച്ചു. ലങ്കയുടെ നഷ്ടത്തിൽ വിറളിപിടിച്ച രാവണൻ കുംഭകർണ്ണപുത്രന്മാരായ കുംഭനെയും നികുംഭനെയും സൈന്യാധിപരാക്കിയിരിക്കുകയാണ്. ഇരുവരും അച്ഛനെപ്പോലെ പരാക്രമശാലികളാണത്രേ!

അതിനുശേഷം കുറെദിവസം യാതൊരു യുദ്ധകഥയും കേട്ടില്ല. കുംഭനികുംഭന്മാരും ഖരപുത്രനായ മകരാക്ഷനും വധിക്കപ്പെട്ടു എന്ന് വിലാപപ്രകടനങ്ങളിൽനിന്നും മനസ്സിലാക്കി. ഇനിയാണു ഭയക്കേണ്ടത്. രാവണനും മേഘനാദനും നേരിട്ട് ശക്തിപ്രകടനത്തിനിറങ്ങും. അവരുടെ ബലം ഞാൻ കേട്ടറിഞ്ഞിട്ടുണ്ട്.

ആറു ദിവസത്തിനുശേഷം ഒട്ടും പ്രതീക്ഷിക്കാതെ സരമ വന്നെത്തി. അവൾ ഗൗരവത്തിലായിരുന്നു. അജയ്യനായിത്തീരാൻ ഇന്ദ്രജിത്ത് നികുംഭിലയിൽ യാഗത്തിനു പോയിരിക്കുന്നു. ഇന്ദ്രജിത്തിനെ വധിക്കുമെന്ന് ലക്ഷ്മണൻ ശപഥം ചെയ്തിരിക്കുന്നു. ആ യാഗം മുടക്കിയ സൗമിത്രി രാവണിയുമായി യുദ്ധത്തിലാണ്.

അവളുടെ വാക്കുകൾ ഇരുത്തിച്ചിന്തിപ്പിച്ചു. സൗമിത്രി ബലവാനാണ്. എങ്കിലും ഈ സാഹസം വല്ലാതെ കൂടിപ്പോയി. മേഘനാദന്റെ പൂർവ്വകഥകൾ ഇതിനകം ഗ്രഹിച്ചുകഴിഞ്ഞ എനിക്ക് ആ വാർത്ത ഹൃദയ

ഭേദകമായിത്തോന്നി. എടുത്തുചാട്ടക്കാരനായ അനുജനെ കാക്കുവാൻ സർവ്വേശ്വരനോടു പ്രാർത്ഥിച്ചു.

ഒടുവിൽ ഞാൻ തേടിയ വാർത്ത എന്നെ തേടിയെത്തി. സൗമിത്രി വിജയിച്ചു. ധീരനും മാനിയുമായ രാവണപുത്രൻ വധിക്കപ്പെട്ടു. രാമന്റെ പാളയത്തിൽ അലകളുയരുന്നു എന്നാണ് സരമ പറഞ്ഞത്. രാവണന്റെ ശക്തിയുടെ ആണിക്കല്ല് വേരറ്റുപോയിരിക്കുന്നു.

രാവണന്റെ പുത്രവധു സുലോചനയുടെ അഗ്നിപ്രവേശം ഞാൻ കണ്ടു. ഈ ചെറിയ പ്രായത്തിൽ വൈധവ്യം സംഭവിച്ച ആ കുട്ടിയോട് അനുകമ്പ തോന്നി. ഇന്ദ്രനെ ജയിച്ച മേഘനാദന് സർപ്പരാജാവായ അനന്തൻ നല്കിയതാണ് തന്റെ ഈ മകളെ. അവൾ സർവ്വലക്ഷണയുക്തയായ, അതിലാവണ്യവതിയായ യുവതിയാണ്. ഇന്ദ്രജിത്തിന്റെ മിന്നൽക്കീറു പോലുള്ള ദേഹം ചിതയിൽ എരിഞ്ഞുതുടങ്ങിയപ്പോൾ സുലോചനയും എടുത്തുചാടി. അവളും ആളിക്കത്തി.

ആ ദൃശ്യം വല്ലാതെ കരയിച്ചു. സുലോചന കാണിച്ച ആത്മധൈര്യത്തെ ഞാൻ കണ്ണീരിലൂടെ അഭിനന്ദിച്ചു. അവളുടെ സഖിയെ ആശ്വസിപ്പിച്ചത് ഞാനും ത്രിജടയും ചേർന്നാണ്. ഇന്ദ്രജിത്ത് എത്രത്തോളം കരുത്തനായിരുന്നോ അത്രത്തോളം അഭിമാനിയുമായിരുന്നു. അയാൾ ഏകപത്നീഭാവം സ്വീകരിച്ചിരുന്നു. സുലോചനയുടെ വാക്കുകൾ കേൾക്കാതെ അധർമ്മത്തിനു കൂട്ടുനിന്നത് പുത്രധർമ്മം പാലിക്കാനായിരുന്നു. മേഘനാദന്റെ വലിയ മനസ്സിനും സുലോചനയുടെ കടുത്ത പ്രണയത്തിനും ആശംസകൾ നേർന്നു. ഇനി അവരെന്നും ഒരുമിച്ചായിരിക്കും. ആർക്കും ആരുടെയും വാക്കുകൾ തള്ളിക്കളയേണ്ടിവരില്ല,

ഇന്ദ്രജിത്തിന്റെ വധം ലങ്കയുടെമേൽ മരണത്തിന്റെ കരിമേഘമായി മാറി. എവിടെയും പരാജയത്തെക്കുറിച്ചുള്ള പിറുപിറുക്കലുകളും വിധിയെ പഴിക്കലും മാത്രം. മോഹാലസ്യപ്പെട്ടുവീണ മണ്ഡോദരി മഹാറാണിയുടെ നില മോശമായിത്തന്നെ തുടരുന്നു. അവരിപ്പോഴും വൈദ്യശുശ്രൂഷയിലാണ്.

പുത്രവധം അന്ധനാക്കി മാറ്റിയ രാവണൻ ചന്ദ്രഹാസവുമായി മദ്ധ്യാഹ്നത്തിൽ എനിക്കരികിലേക്കു വന്നു. അയാളുടെ കണ്ണിൽനിന്നും തീപാറി. നടക്കുമ്പോൾ വൃക്ഷങ്ങൾപോലും വിറച്ചു. ഉത്തരീയം കാറ്റിൽ പാറിപ്പോയിരുന്നു. അയാൾ അതൊന്നുമറിഞ്ഞ മട്ടില്ല. എന്നെ വധിച്ചും പകരം വീട്ടാനായിരുന്നു ആ വരവ്.

ചുറ്റിലും രാക്ഷസിമാരുടെ ഭയാനകമായ കരച്ചിലുകൾ. രാവണനെ തടയുവാനായി പിന്നിലോടുന്ന സരമ. കണ്ണുകളെ പിടിച്ചുനിർത്തിയത് അയാളുടെ കൈയിലെ ചന്ദ്രഹാസമാണ്. അതുകൊണ്ട് എന്റെ ശിരസ്സു വെട്ടുമെന്നും ആത്മാവ് കൈലാസച്ചരിവുകളിലേക്ക് പറക്കുമെന്നും ഞാൻ കരുതി.

രാവണന്റെ കാലുകൾ അവസാന ചുവടുവെച്ചപ്പോൾ അയാൾക്കു മുന്നിലേക്ക് സചിവമുഖ്യനായ സുപാർശ്വൻ കയറിനിന്നു.

“ധർമ്മിഷ്ഠനും പ്രജാപാലകനുമായ രാജാവ് സ്ത്രീവധം ചെയ്യുന്നത് ശക്തിക്ഷയത്തിനും ചീത്തപ്പേരിനുമേ ഇടയാക്കൂ. അങ്ങു ദയവായി

കോപമടക്കിയാലും. ഈ ക്രോധം യുദ്ധത്തിനായി കരുതിവെച്ചാലും."

വിനയത്തോടെയുള്ള ഈ വാക്കുകൾ രാവണനിൽ വിവേകമുണർത്തി. അയാൾ വാൾ ഉറയിലേക്കിട്ട് എന്നെ തറപ്പിച്ചുനോക്കി തിരിഞ്ഞു നടന്നു. വിവേകിയായ സുപാർശ്വൻ ഭയപ്പെടേണ്ട എന്നൊരാംഗ്യം കാട്ടി അയാൾക്കു പിന്നിൽ നടന്നകന്നു.

രാവണൻ യാഗം ആരംഭിച്ചു. ശക്തിമന്ത്രം ജപിച്ചുകൊണ്ടുള്ള യാഗം. അതു പൂർത്തീകരിക്കപ്പെട്ടാൽ ആർക്കുമയാളെ കീഴ്പ്പെടുത്താനാകില്ല. വിവരം സുഗ്രീവപാളയത്തിൽ എത്തിയെന്ന് കോട്ടവാതിൽ തകർന്നതിന്റെ ചെവിക്കല്ലു കിടുക്കിയ ശബ്ദം അറിയിച്ചു.

ഇരമ്പലുകളായിരുന്നു പിന്നീടങ്ങോട്ട്. വാനരസൈന്യം ഇരച്ചുകയറി. കണ്ണിൽക്കണ്ടതെല്ലാം അടിച്ചുതകർത്തു. രാവണനെ നിന്ദിച്ചു. ലങ്കയുടെ അഭിമാനമായ കൊടിവരെ അഗ്നിക്കിരയാക്കി. എന്നിട്ടും, രാവണന്റെ ഘോരമായ അലർച്ച കേട്ടില്ല.

സ്ത്രീകളായിരുന്നു അടുത്ത ഇര. അന്തപ്പുരത്തിലേക്കു പാഞ്ഞുകയറിയ വാനരപ്പട ആമാടപ്പെട്ടികൾ വലിച്ചെറിഞ്ഞും ഒച്ചയുണ്ടാക്കി സ്ത്രീകളെ ഭയപ്പെടുത്തിയും ഭീഷണമായ അന്തരീക്ഷം സൃഷ്ടിച്ചു. എന്നിട്ടും, രാവണൻ അനങ്ങിയല്ല.

അവസാനത്തെ അടവു പയറ്റിയത് അംഗദനാണ്. മണ്ഡോദരിയുടെ ആർത്തനാദം ദിഗന്തങ്ങൾ കിടുക്കി.

"ഇത്രയും അപമാനങ്ങൾ സ്വപത്നിക്കുണ്ടായിട്ടും പ്രതികരിക്കാതെ തന്റെ ജീവനുവേണ്ടി നിശ്ശബ്ദനാകുന്ന ഒരു ഭർത്താവിനെ ലോകമേ, നീയറിയുക. മേഘനാദന്റെ അമ്മയായ ഈ മണ്ഡോദരി അനാഥയായി കേഴുന്നത് ഉലകമേ നീ കേൾക്കുക. അവനെ തിരിച്ചെടുത്ത ദൈവങ്ങളേ, അവനെയെനിക്കു മടക്കിത്തരിക. അവനുണ്ടായിരുന്നെങ്കിൽ എനിക്കീ ഗതി വരില്ലായിരുന്നു."

പിന്നെ കേട്ടത് ഒരലർച്ചയാണ്. സതിയെ നഷ്ടപ്പെട്ട മഹാദേവന്റെ അതേ പക ഈ ശബ്ദത്തിലും മുഴങ്ങി. രാവണൻ പുറത്തിറങ്ങി. അയാളുടെ ശ്വാസവായു അന്തരീക്ഷത്തെ ചുട്ടു. വാനരപ്പട ആർപ്പുവിളിയുമായി ഓടിയകന്നു.

പ്രിയപത്നിയെ എഴുന്നേല്പിച്ച് അയാൾ നിശ്ശബ്ദനായി നിന്നു. രാവണൻ എത്രത്തോളം സ്നേഹമുള്ളവനാണെന്ന് ആ നിമിഷം ഏവർക്കും മനസ്സിലായി. മണ്ഡോദരിയുടെ സുന്ദരമായ മുഖം കൈകളിലൊതുക്കി അയാൾ ഒന്നു മാത്രം പറഞ്ഞു: "ഇതിനു ഞാൻ പകരംവീട്ടും."

ഇനിയാരും അവശേഷിക്കുന്നില്ല. ലങ്കയുടെ മഹാരാജാവ് യുദ്ധത്തിനിറങ്ങുകയാണ്. രാമദേവന് ധർമ്മകവചം രക്ഷയ്ക്കുണ്ട്. ഇന്ദ്രജിത്തു പോയ രാവണൻ വിഷമിറക്കപ്പെട്ട മൂർഖനാണ്. ഭയപ്പെടുത്തുന്ന സീൽക്കാരം പുറപ്പെടുവിക്കുന്ന അപകടകാരിയല്ലാത്ത ശത്രു.

രാമരാവണയുദ്ധത്തിന്റെ വിവരണം അശോകവനത്തിലെത്തിക്കാൻ രാക്ഷസസ്ത്രീകൾ ഓടിയെത്തിക്കൊണ്ടിരുന്നു. ഇരുവരും തുല്യവീര്യ

ത്തോടെ ആരാർക്കും മേലെയല്ലാതെ പൊരുതുകയാണ്. രാമൻ രാവണനെയും രാവണൻ രാമനെയും അസ്ത്രപ്രഭയാൽ വലയ്ക്കുന്നു.

ഇടയ്ക്ക് ലങ്കാധിപന്റെ രഥം തിരിഞ്ഞ് ലങ്കയിലേക്കു പ്രവേശിച്ചു എന്നു കേട്ടു. അയാൾ മോഹാലസ്യപ്പെട്ടു പോയിരിക്കാം. സ്വബോധം അല്പമെങ്കിലുമുണ്ടെങ്കിൽ അയാൾ പിന്തിരിയില്ല. ക്രൂരനും ഹൃദയമില്ലാത്തവനുമാകാം. പക്ഷേ, അഭിമാനം വെടിയാൻ അയാൾ അശക്തനാണ്. സൂര്യൻ തേജസ്സു വെടിയാൻ എത്രത്തോളം വിമുഖനാണോ അത്രത്തോളം.

ക്ഷീണമകറ്റി വിഗതവീര്യനായി അയാൾ പിന്നെയും പുറപ്പെട്ടു. ലങ്കയുടെ സകല പ്രതാപവും കാട്ടിയുള്ള ആ പോക്കു വിവരിക്കാൻ സരമയ്ക്ക് കുറച്ചേറെ സമയം വേണ്ടിവന്നു.

യുദ്ധത്തിന്റെ പരിസമാപ്തിയെക്കുറിച്ച് ഉൽക്കണ്ഠാകുലയായി ഞാൻ മിണ്ടാതിരുന്നു. നഷ്ടങ്ങൾ തന്നെയാണ് വിജയവും പരാജയവും. നന്മയുള്ള അന്ത്യം ഒരു യുദ്ധത്തിനും ഉണ്ടായിട്ടില്ല. അനാഥരാക്കപ്പെട്ട സ്ത്രീകളുടെയും കുട്ടികളുടെയും ദുഃഖം യുദ്ധത്തെ കുരുതിക്കളമാക്കി നിലനിർത്തുന്നു. പടവെട്ടി മരിച്ച ആത്മാക്കൾ ജീവിതത്തെയോർത്ത് മോക്ഷമില്ലാതെ അലയും.

ശംഖൊലി! മുപ്പാരിലും മുഴങ്ങുന്ന ശംഖധ്വനി. ആ നാദം, പ്രിയപ്പെട്ട നാദം ആരിൽനിന്നാണെന്ന് ഉൾപ്പുളകത്തോടെ ഞാനറിഞ്ഞു. അതേ നിമിഷം ലങ്കാനഗരിയിൽ വാർത്തയെത്തി. രാവണൻ വധിക്കപ്പെട്ടു. അയോദ്ധ്യയിലെ രാജകുമാരൻ ശ്രീരാമൻ, ലങ്കയുടെ പരാക്രമിയായ ചക്രവർത്തിയെ വധിച്ചു.

അഗസ്ത്യമുനിയുടെ ഉപദേശവും ഹനുമാന്റെയും മാതലിയുടെയും ദേവേന്ദ്രന്റെയും സഹായവുമാണ് വിജയത്തിലേക്ക് ശ്രീരാമനെ അടുപ്പിച്ചത്. തുല്യനായി ഏറെനേരം പൊരുതിയിട്ടാണ് ലങ്കാപതി വീണത്. വീരസ്വർഗ്ഗം അദ്ദേഹത്തെ കാത്തിരിക്കുന്നു.

വാർത്തയറിയുമ്പോൾ മണ്ഡോദരി അശോകവനിയിൽ ഉണ്ടായിരുന്നു. അവർ കല്ലിച്ചപോലെ നിലത്തിരുന്നുപോയി. രാജശ്രീയുടെ വിളക്കമുള്ള ആ മുഖം രക്തം വാർന്ന് ചാരനിറം പൂണ്ടു. ആത്മവിലാപം പോലെ അവർ പതുങ്ങിയ താളത്തിൽ പലതും പറഞ്ഞുതുടങ്ങി:

"മയന്റെ പുത്രിയായി ജനിച്ചു. രാവണപത്നിയായി ജീവിച്ചു. മേഘനാദന്റെ അമ്മയായതിൽ അഭിമാനിച്ചു. ഇപ്പോൾ ഒന്നുമില്ല. ലോകത്ത് ഏറ്റവും ഭാഗ്യവതിയെന്നു സ്വയം കരുതിയ മണ്ഡോദരിക്ക് ആരുമില്ലാതായി. രാജ്യം വിഭീഷണന്റേതായി. അതുപോട്ടെ, അസ്ഥിരമായ ആ പദവിയിൽ എനിക്കു ഭ്രമമില്ല. പക്ഷേ, പ്രഭുവിന്റെ മരണം വിശ്വസിക്കാൻ വയ്യ. ഞാൻ പോയി നോക്കട്ടെ. ആരാലും തോല്പിക്കപ്പെടാനാകാത്ത എന്റെ പ്രഭുവിനെ ഞാൻ കാണട്ടെ."

ഇത്രയും പറഞ്ഞ് അഴിയാനായ വസ്ത്രാഞ്ചലത്തെ പിടിച്ചുയർത്താൻ മറന്ന മട്ടിൽ അവർ പുറത്തേക്കു പോയി. അവരുടെ നൊമ്പരം

ഞാൻ മനസ്സിലാക്കി. എത്ര നീചനായിരുന്നെങ്കിലും രാവണന് അവർ ജീവനായിരുന്നു. അവരോടുള്ള വാത്സല്യത്തിനും സ്നേഹത്തിനും അന്ത്യനിമിഷംവരെ രാവണൻ പ്രധാന്യം നല്കി.

മണ്ഡോദരിയുടെ ദുഃഖത്തിൽ ഞാനെന്റെ സന്തോഷം വിസ്മരിച്ചുപോയി. ഞാനിപ്പോൾ സ്വതന്ത്രയാണ്. ഓടി പടനിലത്തിലെത്തുവാനും ആര്യപുത്രന്റെ മുറിവുകളിൽ മരുന്നു പുരട്ടുവാനും തോന്നി. ആഹ്ലാദം എന്നെ ആകാശത്തോളമുയർത്തി.

സദാ വിവരങ്ങൾ എത്തിച്ചു തന്നുകൊണ്ടിരുന്ന സരമയെ ഞാൻ നോക്കി. അവളാണിനി ലങ്കയുടെ മഹാറാണി. പക്ഷേ, അവളും കരയുകയായിരുന്നു. എന്നെ കണ്ടപ്പോൾ അവൾ കരച്ചിലിന്റെ കാരണം പറയാൻ തുടങ്ങി. അറിയാത്ത പലതും ഞാൻ കേൾക്കുകയായിരുന്നു.

“അനുജത്തീ, രാവണൻ നിങ്ങൾക്കു ക്രൂരനും നിന്ദ്യനുമായിരിക്കും. നിങ്ങളോടു കാട്ടിയ അപമര്യാദയോട് ആർക്കും അങ്ങനെയേ പ്രതികരിക്കാനാകൂ.....”

“പക്ഷേ, രാവണന്റെ യഥാർത്ഥമുഖം ആരും കണ്ടില്ല. അതിനു ചുറ്റും ഇരുട്ടായിരുന്നു. രാക്ഷസിയായ അമ്മയ്ക്ക് തപസ്വിയിൽ പിറന്ന ഈ മൂത്ത പുത്രനെ ആരും സ്നേഹിച്ചില്ല. ചെറുപ്പത്തിലേ തപംചെയ്ത് ദേവന്മാരാൽ അവധന്യനാവണമെന്ന് വരം നേടിയത് തനിക്കുവേണ്ടിയായിരുന്നില്ല. മഹാവിഷ്ണു തരംതാഴ്ത്തി പാതാളത്തിൽ ഒതുക്കിയ തന്റെ വംശത്തെ പുനരുദ്ധരിക്കാനാണ് രാവണൻ ശ്രമിച്ചത്. രാക്ഷസവംശത്തെ ലങ്കയുടെ കൊട്ടാരമോടിയിലേക്കെത്തിച്ചത് രാവണന്റെ ചങ്കൂറ്റമാണ്.”

“ശ്രീത്വമുള്ള എല്ലാം അദ്ദേഹം ലങ്കയിലേക്കു കൊണ്ടുവന്നു. ലങ്കയിലെ ജനങ്ങൾക്ക് അദ്ദേഹം പ്രിയപ്പെട്ട രാജാവായി. ജനങ്ങളുടെ കൊച്ചുകൊച്ചു സന്തോഷങ്ങൾവരെ അദ്ദേഹം സാർത്ഥകമാക്കി.”

“നിരവധി യുദ്ധം നടത്തി. എല്ലാത്തിലും ജയിച്ചു. മണ്ഡോദരിയെപ്പോലെ ഒരു ഭാര്യയെ നേടി. രാവണൻ സീതയെ കട്ടത് സ്ത്രീമോഹം കൊണ്ടല്ല, സഹോദരിക്കുവന്ന അപമാനത്തിനു പക തീർക്കാനാണ്.”

“നല്ല രാജാവും നല്ല ഭർത്താവും നല്ല പിതാവും നല്ല സഹോദരനുമായിരുന്നു രാവണൻ. കൂറുമാറിയ വിഭീഷണനെ വധിക്കാൻ മക്കൾ പറഞ്ഞിട്ടും രാവണൻ ചെയ്തില്ല. എന്നെ ശത്രുപത്നിയായിക്കണ്ടു വധിക്കാൻ വന്നവരെ അദ്ദേഹം ശകാരിച്ചയച്ചു.”

“ആ രാവണൻ... ഞങ്ങളുടെ വംശത്തിന്റെ തായ്‌വേരാണ് മുറിഞ്ഞുപോയത്. ലങ്കയുടെ ദുഃഖം നിങ്ങൾക്ക് അപഹാസ്യമായിരിക്കാം. പക്ഷേ, അതെന്റെ ഹൃദയം നുറുക്കുന്നു.”

സരമയുടെ പുറത്ത് വെറുതെ കൈവെച്ചു. എനിക്കിത്രയേ അവളുമായി സംവദിക്കാൻ കഴിഞ്ഞുള്ളൂ. പട്ടമഹിഷിസ്ഥാനം ഉറപ്പായിട്ടും രാവണനുവേണ്ടി കണ്ണീരൊഴുക്കുന്ന ആ സഹോദരിയോട് എന്തൊക്കെയോ പറയണമെന്നുണ്ടായിരുന്നു. പക്ഷേ, വാക്കുകൾ അനുയോജ്യമായി കിട്ടിയില്ല.

ലങ്കാധീശന്റെ മരണാനന്തരച്ചടങ്ങുകൾ ഗംഭീരമായി നടന്നു. ലങ്കാനഗരി മുഴുവൻ ആ ചടങ്ങിൽ കണ്ണീർവാർത്തു. ജനപാലകനായ ആ നല്ല ഭരണാധികാരിക്ക് ഞാനും യാത്രാമംഗളങ്ങൾ നേർന്നു. വിഭീഷണൻ ഗൗരവഭാവത്തിൽ വിങ്ങലടക്കി ക്രിയകൾ ചെയ്തു. രാവണന്റെ ഒരു മകനെപ്പോലും യുദ്ധം ബാക്കിവെച്ചിരുന്നില്ല.

മണ്ഡോദരി കരയാതെ, തളരാതെ പിടിച്ചുനില്ക്കുകയാണ്. ആശ്വസിപ്പിക്കുന്നവരോടൊക്കെ ലങ്കയിൽ കണ്ണീർ വീഴുന്നത് പ്രഭു സഹിക്കില്ല എന്നു മന്ത്രിച്ചുകൊണ്ടിരുന്നു. ആരോ അവരുടെ കൈകൾ ബലമായി പിടിച്ചുവെച്ചിരുന്നു. ഇല്ലെങ്കിൽ അവർ കുഴഞ്ഞുവീഴും എന്നു തോന്നിയതുകൊണ്ട്.

ക്രിയകൾക്കുശേഷം വിഭീഷണന്റെ അഭിഷേകം നടന്നു. രാജവേഷമണിഞ്ഞ വിഭീഷണൻ ആദ്യമെത്തിയത് എന്റെയടുത്താണ്. അദ്ദേഹം രാവണനു തുല്യം കാണപ്പെട്ടില്ലെങ്കിലും ബ്രാഹ്മണതേജസ്സുണ്ട്.

"ജനകപുത്രീ, രഘുരാമകാരുണ്യത്താൽ ലങ്കാധിപനായിത്തീർന്ന വിഭീഷണന്റെ പ്രണാമം. അങ്ങയെ വീണ്ടെടുക്കുക എന്ന രാമദേവന്റെ ഉദ്യമം സഫലമായിരിക്കുന്നു. രഘുരാമൻ അനുജൻ ലക്ഷ്മണനോടൊപ്പം കാത്തിരിക്കുന്നു. സരമയുടെയും സഖിമാരുടെയും ആതിഥ്യം സ്വീകരിച്ച്, സന്തുഷ്ടയായി രാമസമീപത്തേക്കു ചെന്നാലും!"

എത്ര പ്രീതിയോടെയാണ് അദ്ദേഹം രഘുരാമൻ എന്നു വിളിക്കുന്നത്! തലകുലുക്കി സമ്മതം അറിയിച്ചു. കേൾക്കേണ്ട താമസം സരമ എന്റെ കൈ കവർന്നെടുത്തു.

ലങ്കയുടെ അന്തപ്പുരഭംഗി ആദ്യമായി കാണുകയാണ്. വാസ്തുവിന്റെ വശ്യത എന്നെ ആകർഷിച്ചു. ചുവരിൽ മനോഹരമായ ചിത്രപ്പണികൾ. വൈവിദ്ധ്യമാർന്ന ആകൃതിയിൽ നിർമ്മിച്ച തൂണുകൾ. അതിൽ ഏറ്റവും വലിയ മുറിയിൽ അവരെന്നെ പ്രവേശിപ്പിച്ചു.

എന്തെല്ലാമാണവർ ചെയ്തത് എന്നറിയില്ല. സ്നാനം ചെയ്യിച്ചു. വിശേഷമായ സുഗന്ധതൈലവും മറ്റും തേപ്പിച്ചു. വെട്ടിത്തിളങ്ങുന്ന കല്ലുവെച്ച വസ്ത്രങ്ങളും അതിനു ചേർന്ന വൈഡൂര്യാഭരണങ്ങളും അണിയിക്കുകയും ചെയ്തു. കാലങ്ങൾക്കുശേഷം അണിഞ്ഞ ആഭരണങ്ങൾക്ക് വലിയ കനം തോന്നി. കണ്ണുകളിൽ കൺമഷി എഴുതി. ശിരോലങ്കാരവും ഭംഗിയായി ചെയ്തു. കണ്ണാടിയിൽ എന്റെ രൂപം എനിക്കു തന്നെ അപരിചിതമായിത്തോന്നി. രഘുരാമന്റെയടുത്തു പോകാൻ ഇതിലും ഭംഗിയാകാൻ കഴിയില്ല. ഞാനെന്റെ സുഹൃത്തിനെ ഗാഢമായി ആശ്ലേഷിച്ചു.

പല്ലക്കിലിരുന്നപ്പോൾ മനസ്സിൽ പല ചിന്തകളും അണിനിരന്നു. ആര്യപുത്രൻ എങ്ങനെ മാറിയിട്ടുണ്ടാകും? എത്ര മുറിവുകളുണ്ടായിട്ടുണ്ടാകും? ലക്ഷ്മണനും സൗഖ്യം തന്നെയാകും. വിഭീഷണന്റെ ആജ്ഞ പ്രകാരം പല്ലക്ക് അലങ്കരിച്ച പാതയിലൂടെയാണു പോയത്. വഴിവക്കിൽ നിന്നവർ എനിക്കുമേൽ പുഷ്പാർച്ചന നടത്തി. ഞാൻ തലതാഴ്ത്തി ഇരുന്നതേയുള്ളൂ.

ചലനം നിന്നപ്പോഴാണ് ആര്യപുത്രനു സമീപം എത്തിയെന്നറിഞ്ഞത്. അദ്ദേഹം സൗമിത്രിക്കൊപ്പം മുന്നിൽ നില്ക്കുന്നു. യാതൊരു മാറ്റവുമില്ല. യുദ്ധം അദ്ദേഹത്തെ അശേഷം തളർത്തിയിട്ടില്ല. സൗമിത്രിക്കും കോട്ടമൊന്നുമില്ല. ഞാൻ പല്ലക്കിൽനിന്നും തിടുക്കത്തിലിറങ്ങി.

അടുത്തു ചെന്നപ്പോൾ രഘുരാമൻ മുഖം തിരിച്ചുകളഞ്ഞു. അദ്ദേഹത്തിന്റെ മുഖത്ത് പതിവില്ലാത്ത ഗൗരവം. കണ്ണുകളിൽ വെറുപ്പിന്റെ വെളിച്ചം. അനുചിതമായ ഈ ഭാവമാറ്റം കണ്ട് ഞാൻ മറ്റുള്ളവരെ നോക്കി. അവരും ആശ്ചര്യത്തിലാണ്. ആര്യപുത്രൻ ആദ്യമൊന്നു തലയിളക്കി. പിന്നെ കണ്ഠം ശുദ്ധമാക്കി ഉറക്കെ എല്ലാവരും കേൾക്കുമാറ് പറയാൻ തുടങ്ങി:

"മൈഥിലീ, ഏതൊന്നിനാണോ ഞാൻ നിന്നെ സ്വതന്ത്രയാക്കിയത് ആ ലക്ഷ്യം ഞാൻ നിറവേറ്റി. എന്റെ കുലത്തിനും പരമ്പരയ്ക്കും വന്ന അപമാനത്തെ ഞാൻ തുടച്ചുനീക്കി. രാവണനാൽ അപഹരിക്കപ്പെട്ടവളാണു നീ. അനേകനാൾ രാവണന്റെ അടിമയായി ലങ്കയിൽ അധിവസിച്ചവൾ. നിന്നെ സ്വീകരിക്കുക ഇനിയെന്റെ പേരിൽ കളങ്കം ചാർത്തും."

"നീയിപ്പോൾ സ്വതന്ത്രയാണ്. രാജകൊട്ടാരത്തിന്റെ കീഴിൽ ഇനി നിന്നെ കൊണ്ടുപോവുക വയ്യ. നിനക്കെവിടെയും പോവാനുള്ള അവകാശം ഞാൻ തരുന്നു. മൂന്നുലോകത്തിലും നീയിപ്പോൾ കളങ്കിതയായി വിലയിരുത്തപ്പെടുന്നു."

"ഞാൻ രാവണനുമായി യുദ്ധം ചെയ്തത് എന്റെ പൗരുഷത്തിനേറ്റ അപമാനത്തിനു പകരംവീട്ടാനാണ്. ആ ദൗത്യവും പൂർണ്ണമായി. നിനക്കു വേണ്ടി എനിക്കിനി ഒന്നും ചെയ്തുതരാനില്ല."

കാതുകൾ തീപ്പൊരിയേറ്റു കരിഞ്ഞുപോയി. ഇതുവരെയും പരുഷമായി എനിക്കൊന്നും കേൾക്കേണ്ടിവന്നിട്ടില്ല. രാവണൻപോലും എനിക്കിങ്ങനെ വേദനയുണ്ടാക്കിയിട്ടില്ല. ഞാൻ രഘുവീരനെത്തന്നെ തുറിച്ചു നോക്കി. കണ്ണുകൾ അടച്ചും തുറന്നും സ്വപ്നത്തിലാണെന്നു സ്വയം വിശ്വസിപ്പിക്കാൻ തോന്നി. ഈ കാഠിന്യം സ്വപ്നത്തിൽപ്പോലും സങ്കല്പിക്കാൻ വയ്യ.

ആരെ കാണാനാണോ ഇത്രയും നാൾ ജീവൻ പിടിച്ചുനിർത്തിയത് അദ്ദേഹത്തിൽനിന്നു പുറപ്പെട്ട വാക്കുകൾ എന്നെ ലോകസമക്ഷം വകവരുത്തിയിരിക്കുന്നു. ഏതു പതിയെ പിരിഞ്ഞ ദുഃഖത്തിലാണോ പാതിമരിച്ചത് അദ്ദേഹമെന്നെ പൂർണ്ണമായും ഇല്ലാതാക്കി. ലോകത്തിൽ അവശേഷിച്ച എന്റെ നാമത്തെയും അദ്ദേഹം കളങ്കിതമെന്നു വിളിച്ചു. നിരപരാധിയായ എന്നെ സകലരും കേൾക്കെ അപരാധിയാക്കി. ഞാൻ പിന്നെയും പിന്നെയും അദ്ദേഹത്തെ നോക്കി. ഇല്ല, എല്ലാം സത്യമാണ്. ആ വാക്കുകൾ വന്നത് അദ്ദേഹത്തിൽ നിന്നുതന്നെ. എന്റെ മസ്തിഷ്കത്തിന്റെ കോണുകളിൽ വിള്ളലുണ്ടായി. ആ വിള്ളലുകൾക്കിടയിൽ നിന്നുയർന്ന ലാവ എന്നെത്തന്നെ ചാമ്പലാക്കിക്കൊണ്ടിരുന്നു.

സാധാരണക്കാരനായ ഒരു പ്രാകൃത പുരുഷൻപോലും സ്വന്തം ഭാര്യയോടു പറയാത്ത കാര്യങ്ങൾ സർവ്വജ്ഞാനിയായ രഘുരാമനിൽനിന്നു

പുറപ്പെട്ടപ്പോൾ ലോകം മുഴുവൻ മൂടുപടങ്ങളാണെന്നെനിക്കു തോന്നി. സകലതും കപടവും കൗശലപൂർണ്ണവുമാണ്.

സൗമിത്രിയും ഹനുമാനും വിഭീഷണനും കരയുകയായിരുന്നു. അവരെനിക്കുവേണ്ടി പടവെട്ടിയവരാണ്. അവർക്കു രക്ഷിക്കാൻ കുലപ്പേരിൽ കളങ്കമില്ലായിരുന്നു. അവർ ജയിച്ചതും എനിക്കുവേണ്ടിയാണ്. മൗനം ആ നല്ല മനസ്സുകളുടെ തിരസ്കാരമാകും.

"ആര്യപുത്രാ, പരസ്യമായി അങ്ങു നല്കിയ സ്വീകരണത്തിന് ഞാനർഹയല്ല. എനിക്കുവേണ്ടിയല്ല യുദ്ധവും രാവണവധവും എന്നും പറഞ്ഞുവല്ലോ... അബലയായ എനിക്ക് രാവണനെ എങ്ങനെ തടയുവാൻ കഴിയുമായിരുന്നു?"

"മൂന്നു ലോകത്തിലും ജീവിക്കാൻ അവകാശമില്ല എനിക്കെന്ന് അങ്ങുതന്നെ പറഞ്ഞുവല്ലോ. ഞാനതംഗീകരിക്കുന്നു. ഈ നിമിഷം ഇവിടെവെച്ചുതന്നെ എനിക്കുവേണ്ടി ചിതയൊരുക്കുക."

ഇടിവെട്ടി. മേഘങ്ങൾ ഘോരമായ ഗർജ്ജനം നടത്തി. എന്റെ വാക്കുകൾക്ക് പ്രതികരണമുണ്ടായില്ല. ഞാൻ സൗമിത്രിയെ നോക്കി.

"അനുജാ, നീ ഇംഗിതജ്ഞനാണ്. രഘുവീരന്റെ അർദ്ധാംഗിയായ എന്റെ വാക്കുകളെ അദ്ദേഹത്തിന്റേതായി കണ്ട് ചിതകൂട്ടുക."

അവൻ ഒരുവേള ശങ്കിച്ചുനിന്നു. പിന്നെ എന്നെ കുനിഞ്ഞു വണങ്ങിക്കൊണ്ട് പിൻനിരയിലേക്കു മറഞ്ഞു. ഞാൻ അനങ്ങുവാൻ കൂട്ടാക്കാതെ ശ്രീരാമനെത്തന്നെ നോക്കിനിന്നു. അദ്ദേഹം എന്റെ നേരെ നോക്കിയില്ല. മുഖം ഒരു വശത്തേക്കു ചെരിച്ചുതന്നെ വെച്ചു.

ലക്ഷ്മണൻ എത്ര വേഗമാണ് ആജ്ഞ പാലിച്ചത്! അഗ്നി എരിയുവാൻ തുടങ്ങി. തീനാളങ്ങൾക്കിടയിലൂടെ ഞാൻ വീണ്ടും അദ്ദേഹത്തെ നോക്കി. ആകാശത്തിന്റെ അനന്തതയിലേക്ക് കണ്ണെറിഞ്ഞ് വികാരക്ഷോഭമില്ലാതെ നില്ക്കുന്നു. വാക്കുകളൊന്നും പ്രതീക്ഷിച്ചില്ലെങ്കിലും അദ്ദേഹത്തിന്റെ ശബ്ദം കേൾക്കുവാൻ കൊതി തോന്നി. ഇല്ല, അതിനുമദ്ദേഹം തയ്യാറല്ല. തനിക്കന്യമായ ചിലത് നടക്കുന്നു എന്ന ആ മുഖഭാവം തെല്ലും മാറിയില്ല...

അഗ്നിയുടെ നാളങ്ങൾ ആകാശം മുട്ടെ ഉയർന്നു. വിറകുകൾ ഞെരിഞ്ഞമരുന്ന ശബ്ദവും പതുക്കെയുള്ള തേങ്ങലടികളും മാത്രം. ഞാൻ കൈകൂപ്പി സർവ്വസാക്ഷിയായ അഗ്നിയെ വണങ്ങി. മൂന്നുരു ചിതയ്ക്കു പ്രദക്ഷിണം വെച്ചു. പരമപവിത്രമായി ഈ ഭൂമിയിലൊന്നേയുള്ളൂ. അതഗ്നിയാണെന്ന് അച്ഛൻ പഠിപ്പിച്ചതോർത്തു.

"സർവ്വസാക്ഷിയായ അഗ്നിദേവാ, ഞാൻ അനുനിമിഷവും എന്റെ പതിയിലാണു ജീവിച്ചതെന്ന എന്റെ വാക്കുകൾ ശരിയെങ്കിൽ എന്നെ കാത്തുസംരക്ഷിക്കുക. എന്റെ മേൽ ചുമത്തപ്പെട്ട ആരോപണങ്ങൾ വാസ്തവരഹിതവും അസത്യവുമെങ്കിൽ പരമപവിത്രനായ അവിടുന്ന് എനിക്കു സംരക്ഷണമേകുക. ഞാൻ സർവ്വഥാ നിഷ്കളങ്കയെങ്കിൽ എന്നെ സംരക്ഷിക്കുക."

ഞാൻ ആളിക്കത്തുന്ന ചിതയിൽ പ്രവേശിച്ചു. മനസ്സിൽ ജ്വലിച്ച അപമാനത്തിന്റെ അഗ്നിക്ക് ഇതിലും ചൂടും രൂക്ഷതയുമുണ്ടായിരുന്നു. അതു തന്ന വേദനയ്ക്കും നീറ്റലിനുമല്ലാതെ മറ്റൊന്നിനും ആ നിമിഷത്തിൽ പ്രാധാന്യമില്ലായിരുന്നു. ഉള്ളിലെ മുറിവ് നിമിഷം പ്രതി വലുതായിക്കൊണ്ടിരുന്നു. അതിന്റെ വ്യാപ്തി ലോകത്തെ മുഴുവൻ ഉൾക്കൊള്ളിക്കുമാറായി.

അഗ്നി തന്റെ ഇരയ്ക്കു ചുറ്റും ഇരമ്പിയാർത്തു. നാളങ്ങൾകൊണ്ട് എന്നെ വരിഞ്ഞുമുറുക്കി ഇല്ലാതാക്കുമെന്ന് അതു പ്രത്യാശിച്ചിരിക്കാം. പക്ഷേ, അതെനിക്കെന്തു നോവാണ് കൂടുതലായി തരിക? ഇതിൽപ്പരം നൊമ്പരം വേറെയെന്തുണ്ടാകാൻ?

എല്ലാം പെട്ടെന്ന് അവസാനിച്ചു. അഗ്നിയുടെ വന്യമായ ശബ്ദമില്ല. ചുറ്റും കാറ്റുവീശിയപോലെ. ഇറുക്കിയടച്ച കണ്ണു തുറന്നുനോക്കി. ചിത അണഞ്ഞുപോയിരിക്കുന്നു. അത് പുകപോലും അവശേഷിപ്പിക്കാതെ എങ്ങനെ ഇല്ലാതായി? ഞാൻ അവിശ്വസനീയതയോടെ തലവെട്ടിച്ചു.

രഘുവരൻ അടുത്തേക്കു വരികയാണ്. മുഖത്ത് തിരസ്കാരഭാവമില്ല. സ്നേഹവും അഭിമാനവും മാത്രം. എന്റെ കൈകൾ കൈയിലെടുത്ത് പതുക്കെയാട്ടി അദ്ദേഹം നിന്നു. ആ കണ്ണുകൾ നിറഞ്ഞു തുളുമ്പിനിന്നു.

"സീതേ, നിന്റെ പ്രണയവും പവിത്രതയും ഞാനറിയുന്നു. പക്ഷേ, ജനങ്ങളിൽ വിശ്വാസം ജനിപ്പിക്കാൻ ഈ പരീക്ഷ ആവശ്യമായിരുന്നു. നീ ലങ്കയിൽ വസിക്കുവാൻ തുടങ്ങിയിട്ട് പല മാസങ്ങളായി. അതിനുശേഷവും ഞാൻ നിന്നെ സ്വീകരിച്ചിരുന്നെങ്കിൽ അത് രാമന്റെ സൽപ്പേരിനു ദൂഷ്യം വരുത്തും. എന്നാലിപ്പോൾ ഈ പരീക്ഷണം നിന്റെ സ്വതേജസ്സു വെളിപ്പെടുത്തിയിരിക്കുന്നു. ഞാൻ നിന്നെ സാമോദം സ്വീകരിക്കുന്നു."

ഞാൻ ചിന്തകളിൽത്തന്നെയായിരുന്നു. ഏതു പരീക്ഷണത്തെക്കുറിച്ചാണദ്ദേഹം വാചാലനാകുന്നത്? ചിത എങ്ങനെ അണഞ്ഞു? എന്റെ കൈകൾ വിടാതെ അദ്ദേഹം എല്ലാവരെയും അഭിസംബോധന ചെയ്തു:

"സുഹൃത്തുക്കളേ, രാവണനിഗ്രഹം എന്ന ലക്ഷ്യം നാമൊരുമിച്ചു വിജയിപ്പിച്ചിരിക്കുന്നു. ഇനി പിരിയാനുള്ള നേരമായി. ഞാനിപ്പോൾത്തന്നെ അയോദ്ധ്യയിലേക്കു മടങ്ങാനാഗ്രഹിക്കുന്നു. സുഗ്രീവനും കിഷ്കിന്ധയിലേക്കു വളരെ വേഗം മടങ്ങേണ്ടതുണ്ട്. യാത്രാസൗകര്യം ലങ്കാധിപൻ ചെയ്തുതരണം."

വിഭീഷണൻ അഭിമാനപൂർവ്വം തലകുലുക്കി. അയാൾ എന്തെല്ലാമോ പറഞ്ഞു.

പുഷ്പകവിമാനം, വൈശ്രവണൻ അങ്ങനെയെന്തെല്ലാമോ ഞാൻ കേട്ടു. മനസ്സ് അലയുവാൻ ദൂരെയെങ്ങോ പോയതായിരുന്നു.

"വരൂ പ്രിയേ." അദ്ദേഹം എന്റെ കൈ പിടിച്ച് മുന്നോട്ടു നടന്നു. ആ സ്നേഹം സത്യമാണോ? കൈ വിടുവിക്കാൻ ആഗ്രഹിച്ചു. ഞാൻ തിരിഞ്ഞുനോക്കി. ചിത കാണാനേയില്ല. അപ്പോൾ അതൊരു സ്വപ്നമായിരിക്കാം. ആര്യപുത്രൻ അങ്ങനെ പറയുമെന്നും ഞാനങ്ങനെ പ്രതികരി

ക്കുമെന്നും ചിന്തിക്കുകവയ്യ. മനസ്സു വെറുതെ അസ്വസ്ഥമാകുകയാണ്. വിഹ്വലതകൾ തേടുക മനസ്സിന്റെ പണ്ടേയുള്ള ദുശ്ശീലമാണ്.

ഞാൻ തല തിരിച്ചു. ജീവിതത്തിൽ തിരിഞ്ഞുനോക്കുന്നത് നന്മ വരുത്തില്ല. നഷ്ടബോധവും ദുഃഖങ്ങളും അയവിറക്കുന്നത് ഭാവിയുടെ മാധുര്യം കുറച്ചുകളയും. രഘുവീരന്റെ കൈകൾ എന്റെ കൈകളെ മുറുകെപ്പിടിച്ചു. അദ്ദേഹം എന്റെ നേരെ നോക്കി പതുക്കെ ചിരിച്ചു. ആ ചിരി ആത്മാർത്ഥമാണെന്നും ഒരു മൂഢസ്വപ്നത്തിന്റെയും ഭാഗമല്ലെന്നും വിശ്വസിക്കുവാൻ ഞാനാ നിമിഷം ഉൽക്കടമായി ആഗ്രഹിച്ചു.

ഏഴ്

പുഷ്പകവിമാനം അയോദ്ധ്യയുടെ പാവനമായ മണ്ണിൽ സ്പർശിച്ച നിമിഷം അനിർവ്വചനീയമായ ആനന്ദത്തിന്റേതായിരുന്നു. ദീർഘമായ പതിനാലു സംവത്സരങ്ങൾ പിന്നിട്ട് അയോദ്ധ്യയുടെ യുവരാജാവ് തന്റെ ഭൂമിയിൽ തിരിച്ചെത്തിയ നിമിഷം. ആര്യപുത്രനോടൊപ്പം അയോദ്ധ്യയിൽ കാലുകുത്തിയപ്പോൾ ആദ്യമായി അയോദ്ധ്യയിൽ വന്ന നാൾ ഓർത്തുപോയി. ഞങ്ങളുടെ പിന്നാലെ ലക്ഷ്മണനും വിഭീഷണനും സുഗ്രീവനും അവരുടെ ബന്ധുക്കൾക്കൊപ്പം പുഷ്പകവിമാനത്തിൽ നിന്നിറങ്ങി.

അയോദ്ധ്യ മുഴുവൻ ഞങ്ങളെ സ്വീകരിക്കാൻ എത്തിയിരുന്നു. ആരതിയേന്തിയ മൂന്നമ്മമാർ മുന്നിൽനിന്നു. അവർക്കു പിന്നിൽ ഭരതനും ശത്രുഘ്നനും അനുജത്തിമാരും. സുമന്ത്രർ സന്തോഷക്കണ്ണീരൊപ്പി. സ്വതേ ഗംഭീരനായ വസിഷ്ഠർപോലും കണ്ണീരണിഞ്ഞിട്ടുണ്ട്. സ്വീകരണച്ചടങ്ങുകൾക്കായി നേരത്തേ അയോദ്ധ്യയിലെത്തിയ ഹനുമാൻ അയോദ്ധ്യയുടെ ആനന്ദം ഏറ്റെടുത്ത് മന്ദഹസിക്കുന്നു.

ആരതിയുഴിയുമ്പോൾ അമ്മമാർക്കു നിയന്ത്രിക്കാനായില്ല. കണ്ണീരു വീണ് അശുദ്ധമാകാതിരിക്കാൻ ഊർമ്മിള താലം കൈയിൽ വാങ്ങി. വനവാസവും യുദ്ധവുംകൊണ്ട് തളർന്ന ഉണ്ണികളെ താലോലിച്ചും പരിഭവം പറഞ്ഞും അമ്മമാർ കരഞ്ഞു. എന്നെ മാറോടണച്ചുപിടിച്ചും അവർ വിലപിച്ചു. അനുജത്തിമാർക്ക് ഇതിലും വലിയ സന്തോഷം ഉണ്ടാവാനില്ല. അവരുടെ ജ്യേഷ്ഠപത്നി ഘോരമായ വനത്തിൽനിന്ന് സുഖിയായി വന്നിരിക്കുന്നു.

സ്ത്രീജനങ്ങളുടെ സന്തോഷപ്രകടനം ഒട്ടൊന്നവസാനിച്ചപ്പോൾ ഭരതൻ ജ്യേഷ്ഠനെ ഗാഢമായി ആലിംഗനം ചെയ്തു. അവൻ വല്ലാതെ ക്ഷീണിച്ചുപോയി. കണ്ണുകൾ കുഴിയിലാണ്ടപോലെ. രഘുരാമന്റെ വര

വുവരെ നന്ദിഗ്രാമത്തിൽ താപസജീവിതമായിരുന്നു അവൻ നയിച്ചിരുന്നത്. അയോദ്ധ്യയുടെ സമ്പത്ത് പത്തുമടങ്ങായി വർദ്ധിപ്പിച്ചതും ഭരതനാണ്. പക്ഷേ, തന്റെ നേട്ടങ്ങളെല്ലാം ജ്യേഷ്ഠന്റെ കരുണയായി അവൻ വ്യാഖ്യാനിച്ചു. സ്നേഹനിധിയായ ഭരതനെ ലക്ഷ്മണനും ആശ്ലേഷിച്ചു. ശത്രുഘ്നൻ അപ്പോഴും കൊച്ചുകുട്ടിയെപ്പോലെ കണ്ണീർവാർത്തു.

"അയോദ്ധ്യാപതി ശ്രീരാമൻ വിജയിക്കട്ടെ."

"സീതാറാണി വിജയിക്കട്ടെ."

"സൗമിത്രീകുമാരൻ വിജയിക്കട്ടെ."

ജനങ്ങൾ തിരയടങ്ങാത്ത സന്തോഷത്താൽ ഉറക്കെ ആർത്തു. ഭരതൻ ഭരിച്ചുവെന്നേയുള്ളൂ. അവർക്ക് രാജാവ് രഘുരാമൻ തന്നെ. ജയഭേരികൾക്കും മംഗളാരവങ്ങൾക്കും നടുവിലൂടെ ഞങ്ങൾ കൊട്ടാരത്തിൽ പ്രവേശിച്ചു. കിഷ്കിന്ധയിലെയും ലങ്കയിലെയും അന്തപ്പുരനാരികൾ എന്നെ അനുഗമിച്ചു. അയോദ്ധ്യയുടെ ആഹ്ലാദത്തിൽ പങ്കുകൊണ്ടു.

മുടങ്ങിപ്പോയ രാമാഭിഷേകം എത്രയുംവേഗം നടത്തുവാൻ കുലഗുരുക്കന്മാർ കല്പിച്ചു. അതിഥികളും ആ കാഴ്ച കാണാനെത്തിയവരാണ്. ഭരതനും ലക്ഷ്മണനും ശത്രുഘ്നനും ചേർന്ന് അയൽരാജാക്കന്മാർക്കു ക്ഷണമയച്ചു. ശ്രേഷ്ഠപുരോഹിതന്മാരും ക്ഷണിക്കപ്പെട്ടു. ഇരട്ടിമധുരത്തിൽ മനംനിറഞ്ഞ പ്രജകൾ സാമോദം സാഗരത്തെ അലങ്കരിച്ചു.

അഭിഷേക സുദിനത്തിൽ മാതാക്കളും അനുജത്തിമാരും രുമയും താരയും സരമയും ചേർന്ന് എന്നെ മംഗളസ്നാനം ചെയ്യിച്ചു. പുണ്യതീർത്ഥങ്ങളിലെ ജലംകൊണ്ട് അവരെന്നെ പവിത്രയാക്കി. കൈകേയി മാതാവാണ് അണിയിച്ചൊരുക്കാൻ മുൻകൈയെടുത്തത്. അവരെന്നെ നെയ്ത്തുകാർ വർഷങ്ങളോളം ചിത്രപ്പണി ചെയ്ത ഉടയാടകൾ അണിയിച്ചു. രത്നവും പവിഴവും വൈഡൂര്യവും വജ്രവും മരതകവും പതിച്ച മിന്നിത്തിളങ്ങുന്ന ആഭരണങ്ങൾ ഞാനണിഞ്ഞു. രഘുരാമൻ സമ്മാനിച്ച പാദസരം രുമ മടക്കിത്തന്നു. റാണിയുടെ വരവ് ആര്യപുത്രനെ അറിയിക്കുവാൻ അവയും അണിഞ്ഞു.

അമ്മമാരാലും മറ്റു സ്ത്രീജനങ്ങളാലും അനുഗമിക്കപ്പെട്ട് അയോദ്ധ്യയുടെ സുശോഭിതമായ രാജധാനിയിൽ പ്രവേശിച്ചു. എന്നെ കണ്ടപ്പോൾ അയോദ്ധ്യ ആർപ്പുവിളികൾ മുഴക്കി. രത്നമയമായ സിംഹാസനത്തിൽ രഘുരാമന്റെ ഇടതുഭാഗത്ത് ഉപവിഷ്ടയായി. പരമ്പരാഗതമായ, പൊന്നണിഞ്ഞ കിരീടം മന്ത്രശുദ്ധി വരുത്തി വസിഷ്ഠമഹർഷി ആര്യപുത്രനെ അണിയിച്ചു. മംഗളധ്വനികളും ആചാരപടഹങ്ങളും അന്തരീക്ഷത്തെ മുഗ്ദ്ധമാക്കി. സഭാവാസികളുടെ പുഷ്പവൃഷ്ടിയിൽ ലോകം ഒരുവേള ചലിക്കാതെയായി. നില്ക്കാതെയുള്ള പുഷ്പദള പ്രവാഹത്തിൽ ആര്യപുത്രൻ എന്നെ നോക്കി മധുരമായി പുഞ്ചിരിച്ചു.

സിംഹാസനത്തിനു വെൺകൊറ്റക്കുട നിവർത്തി ലക്ഷ്മണനും ചാമരം വീശി. പാർശ്വങ്ങളിലായി ഭരതശത്രുഘ്നന്മാരും നിലകൊണ്ടു. ക്ഷണിക്കപ്പെട്ട അതിഥികൾ പ്രതീക്ഷിച്ചതു കണ്ട സംതൃപ്തിയിൽ ഇരി

ക്കുന്നു. അയോദ്ധ്യാവാസികളുടെ തിളങ്ങുന്ന മുഖങ്ങളിൽ ചാരിതാർത്ഥ്യം. അമ്മമാർ കണ്ണു തുടയ്ക്കുന്നതിൽ മുഴുകിയിരിക്കുന്നു.

രാജസിംഹാസനത്തിൽ അമർന്നിരുന്നപ്പോൾ വിധിയുടെ പരീക്ഷണങ്ങൾ ഒടുങ്ങിയെന്നു തോന്നി. മിഥിലയുടെ രാജകുമാരിയായ സീതയെ ആഘോഷപൂർവ്വമാണ് അയോദ്ധ്യ മരുമകളാക്കിയത്. പിന്നെ, വിധി അവളെ കാനനത്തിലേക്കയച്ചു. എന്നിട്ടും മനസ്സു തളർന്നില്ലെന്നു തോന്നിയപ്പോൾ, രാവണന്റെ രൂപം ധരിച്ചെത്തി. ഒരുവർഷം ഒരു പതിറ്റാണ്ടുപോലെ ലങ്കയിൽ നീറിക്കഴിയേണ്ടിവന്നു. സ്വതന്ത്രയായപ്പോൾ അഗ്നിപരീക്ഷ വേണ്ടിവന്നു. എന്നാൽ, ഇതെല്ലാം മഹാറാണി പദത്തിലേക്കുള്ള പടവുകളായിരുന്നു. കിരീടമണിഞ്ഞ് ഉജ്ജ്വലതേജസ്വിയായിത്തീർന്ന ആര്യപുത്രന്റെ കൂട്ടാണ് എല്ലാറ്റിനും താങ്ങായത്. നന്ദിപൂർവ്വമാണ് അദ്ദേഹത്തെ നോക്കേണ്ടത്.

അയോദ്ധ്യയുടെ ഭരണാധിപതിയായപ്പോൾ രഘുരാമന്റെ തിരക്കേറി. രാവിലെ പൂജകൾക്കും മാതൃവന്ദനത്തിനും ശേഷം രാജ്യസഭയിൽത്തന്നെ അദ്ദേഹം സമയം ചെലവഴിച്ചു. സന്ധ്യാപൂജയോടടുത്തു മാത്രം അന്തപ്പുരത്തിൽ വിശേഷങ്ങൾ പങ്കുവെക്കാനെത്തി. ഭരതൻ ശുശ്രൂഷിച്ച രാജ്യം കൈയാളുക എളുപ്പമാണ് എന്ന് അഭിമാനത്തോടെ ഇടയ്ക്കിടെ ഓർമ്മിപ്പിച്ചു.

അഭിഷേകത്തിനു ശേഷമുള്ള കുറച്ചുനാളുകൾ കൂടി പിന്നിട്ടപ്പോൾ അതിഥികൾക്കു വിടപറയാൻ നേരമായി. കിഷ്കിന്ധയും ലങ്കയും തങ്ങളുടെ അധിപന്മാരെ കാത്തിരിക്കുകയാണ്. അവരെ ഭരണം കൈയേല്ക്കുവാൻ നിർബ്ബന്ധിച്ചത് രഘുരാമൻ തന്നെയാണ്. സൗഹൃദം കർത്തവ്യനിർവ്വഹണത്തിനു തടസ്സമായിക്കൂടാ. വേദനാപൂർണ്ണമായ വിടവാങ്ങലിനുശേഷം അവർ പുഷ്പകവിമാനത്തിൽ പറന്നകന്നു.

സരമയെ പിരിയുന്നത് വലിയ ദുഃഖമായിരുന്നു. ലങ്കയിലെ കഠിനതയ്ക്കിടയിൽ എനിക്കു കരുത്തു പകർന്നത് സരമയാണ്. 'അനുജത്തീ' എന്ന വിളിക്കുതന്നെ ഞാനവരോടു കടപ്പെട്ടിരിക്കുന്നു. രുമയും താരയും വൈകിക്കിട്ടിയ സുഹൃത്തുക്കളാണ്. അവരിരുവരും സരമയെപ്പോലെ പ്രിയപ്പെട്ടവൾ തന്നെ. അവർ യാത്ര പറയുമ്പോൾ കരച്ചിൽ നിയന്ത്രിക്കാനാവാതെ വലഞ്ഞു. ഒരർത്ഥത്തിൽ, അവർക്കു പോകേണ്ടത് അനിവാര്യമാണ്. മഹാറാണിപദം എന്ന സൗഭാഗ്യം അവരെ കാത്തിരിപ്പുണ്ട്. ഇനിയുമവർ ഇവിടെ തങ്ങിയാൽ സംസ്കൃതികൾ തമ്മിൽ കലർന്നെന്നും വരും. അത് അയോദ്ധ്യയുടെ തനിമയ്ക്കു ഭംഗം വരുത്തിയേക്കാം.

സുഹൃത്തുക്കൾ പോയത് ആര്യപുത്രനെയും കുറച്ചല്ല ബാധിച്ചത്. സുഗ്രീവനും വിഭീഷണനും തന്റെ കൂടെ ഉറച്ചുനിന്നതെങ്ങനെ എന്ന് എല്ലാദിവസവും അദ്ദേഹം കൃതജ്ഞതയോടെ അനുസ്മരിച്ചു. അംഗദനെ പിരിഞ്ഞതിൽ സൗമിത്രിയും ദുഃഖിതനായി. അവർ തമ്മിൽ വലിയൊരടുപ്പം നിലനിന്നിരുന്നു. പ്രായവും പരിശ്രമവും ഇരുവർക്കും ഒരു പോലെയായിരുന്നു.

ജീവിതത്തിന്റെ താളം ഒരിക്കൽ നഷ്ടപ്പെട്ടുപോയാൽ പിന്നെ തിരിച്ചു കിട്ടില്ല. അതിന്റെ ഈണം ഒരിക്കൽ തെറ്റിയാൽ പിന്നെ ശരിയാവുകയുമില്ല. വനവാസത്തിനുശേഷം മടങ്ങിവന്നപ്പോൾ ഇനി കൊട്ടാരജീവിതത്തിന്റെ ഭാഗമാകാൻ കഴിയുമോ എന്നു സംശയിച്ചിരുന്നു. പക്ഷേ, ബന്ധങ്ങൾ വളരെ അമൂല്യമാണ്. അവയുടെ നിലനില്പിനും ഊഷ്മളതയ്ക്കും വേണ്ടി മനുഷ്യൻ എന്തിനും തയ്യാറാകുന്നു. അകലെയായിരുന്ന ഉറ്റവരെ അടുത്തു കിട്ടിയപ്പോൾ ഞാൻ സ്വയം പരിഷ്കരിച്ചു. പഴയ താളം വീണ്ടെടുത്തു. ആഡംബരവസ്ത്രങ്ങൾ ഭാരമല്ലാതായി. എനിക്കു കാവിയാണ് കൂടുതൽ അഴക് എന്ന് ആര്യപുത്രൻ കളിപറഞ്ഞു. അദ്ദേഹത്തിന്റെ തിരക്കുകളൊന്നും ശൈലികളെ മാറ്റിയില്ല. അദ്ദേഹം കൊട്ടാര ജീവിതത്തോട് ഇണങ്ങിക്കഴിഞ്ഞു.

ഞങ്ങളെ കാണുവാനായി അഗസ്ത്യൻ, അത്രി, ഭരദ്വാജൻ തുടങ്ങിയ മഹർഷിമാർ കൊട്ടാരത്തിലെത്തി. പത്നീസമേതമാണ് അവരെത്തിയത്. അതിഥികളായി ഏറെക്കാലം അവർക്കൊപ്പം തങ്ങിയതാണ്. അതുകൊണ്ട് സ്വീകരണം ഗംഭീരമായിരിക്കണമെന്ന് ആര്യപുത്രൻ ആഗ്രഹിച്ചു. ആ ചുമതല അദ്ദേഹം എന്നെ ഏല്പിച്ചു.

അനസൂയാദേവിയെ ഒരിക്കൽക്കൂടി കാണാനായത് ഭാഗ്യം എന്നു തന്നെ കരുതി. അവർ തന്ന വസ്ത്രങ്ങൾതന്നെ ധരിക്കാൻ പ്രത്യേകം ശ്രദ്ധിച്ചു. ലോപാമുദ്രയോടും കുശലാന്വേഷണങ്ങൾ നടത്തി. കൊട്ടാരം ചുറ്റിക്കൊണ്ട് അയോദ്ധ്യയുടെ സൗന്ദര്യത്തെ അവർ വാതോരാതെ പുകഴ്ത്തി. ആതിഥേയ എന്ന നിലയിൽ എനിക്കുണ്ടായ സന്തോഷത്തിന് അതിരുകളില്ലായിരുന്നു. മഹർഷിപത്നിമാരുമായുള്ള കണ്ടുമുട്ടൽ അമ്മമാർക്കും ആനന്ദദായകമായി. അവർ കൊട്ടാരത്തിനു പുറത്തെ ജീവിതവുമായി ബന്ധമില്ലാത്തവരാണ്. മഹർഷി പത്നിമാരുടെ രീതികൾപോലും ചിലപ്പോൾ അവർക്ക് അന്യമായി തോന്നിയിട്ടുണ്ടാകണം.

എന്റെ ആതിഥ്യമര്യാദയെ പ്രകീർത്തിച്ചുകൊണ്ട് മഹർഷിമാർ യാത്രയായപ്പോൾ ആര്യപുത്രൻ സന്തുഷ്ടനായി. എന്നിൽ ഉണ്ടായിരുന്ന വിശ്വാസം ഞാൻ നിലനിർത്തി എന്നു സഭയിൽ പ്രഖ്യാപിക്കാനും അദ്ദേഹം മറന്നില്ല. മഹാറാണിയെ അഭിനന്ദിക്കുവാൻ സഭ കരഘോഷം മുഴക്കിയപ്പോൾ സ്വർഗ്ഗവും നടുങ്ങിയിരിക്കണം. രാമരാജ്യത്തിൽ അഭിമാനവും ആഹ്ലാദവും തിരയടിക്കുന്നതിൽ അവർക്ക് അസൂയ തോന്നിക്കാണും.

എനിക്കായി രത്നഖചിതമായ അംഗുലീയവും കൊണ്ടാണ് ആ സായാഹ്നത്തിൽ ആര്യപുത്രൻ വന്നത്. അയോദ്ധ്യയുടെ മഹാറാണി രാജാവിനേക്കാൾ പുണ്യവതിയാണെന്നു പറഞ്ഞ് അദ്ദേഹംതന്നെ അതണിയിച്ചു. കൊട്ടാരത്തിലെ വിളക്കുകളേക്കാൾ നന്നായി അതു പ്രകാശിച്ചു. ഇത്ര മനോഹരമായ ഒരു അംഗുലീയം ഞാൻ കണ്ടിട്ടുണ്ടായിരുന്നില്ല. വിസ്മയംകൊണ്ട് കണ്ണെടുക്കാതെ നോക്കിനിന്നു പോയി. ആകാശത്തുയർന്നു വരുന്ന ചന്ദ്രനും നിഷ്പ്രഭനായിരുന്നു. അനുഭവത്തിൽ ഇതുപോ

ലൊരു നിർമ്മിതി ഇനി അസാദ്ധ്യമാണ്. ഞാനതു പറയുകയും ചെയ്തു. ആര്യപുത്രൻ അഭിപ്രായങ്ങൾ പറയാതെ ചിരിക്കുക മാത്രം ചെയ്തു. ആനന്ദത്തിന്റെ ആ ദിവസം കടന്നുപോയി.

രാമരാജ്യത്തിൽ ആർക്കും പരാതികൾ ഉണ്ടായില്ല. പ്രജകൾ സന്തുഷ്ടരും തൃപ്തരുമായിത്തീർന്നു. പരാതി ബോധിപ്പിക്കാനായി ആര്യപുത്രൻ സ്ഥാപിച്ച ന്യായാധിപശാലകൾ അടച്ചുപൂട്ടേണ്ടിവന്നു. വിളകൾ പതിന്മടങ്ങായി മാറി. സമ്പത്തും സമൃദ്ധിയും അയോദ്ധ്യയുടെ ഖജനാവിനെ നിറച്ചു. കൊട്ടാരത്തിനുള്ളിലും ചിരിയുടെ അലയൊലികൾ മാത്രം കേട്ടു. അയൽരാജാക്കന്മാരും രാമരാജ്യത്തെ പൊക്കിപ്പറഞ്ഞു. ആർക്കും ഞങ്ങളോടു പകയോ അസൂയയോ തോന്നിയില്ല.

പ്രകൃതിയുടെ ഏറ്റവും മനോഹരമായ രൂപമായി വസന്തം വന്നു. ഉന്മേഷത്തിന്റെ കാറ്റ് ആളുകളെ ഉത്തേജിപ്പിച്ചു. പൂക്കളും ഫലങ്ങളും ചാർത്തിയ പ്രകൃതി കണ്ണിനു കുളിരേകി. വിസ്തൃതമായ പാടങ്ങൾ വിളഞ്ഞു കതിരണിഞ്ഞുനിന്നു. അമിതമായ ചൂടോ തണുപ്പോ ഇല്ലാത്ത സുഖകരമായ കാലാവസ്ഥ. ശ്വാസവായുവിൽ സുഗന്ധം. പുഷ്പവാടിയെ തഴുകിയ കാറ്റ് ഉള്ളിൽ തേൻ നിറച്ചു.

കുറെക്കാലത്തിനുശേഷം ആര്യപുത്രൻ വിപഞ്ചിക കൈയിലെടുത്തു. വസന്തത്തിന്റെ മാസ്മരികത അദ്ദേഹത്തെ അതിനു നിർബ്ബന്ധിതനാക്കി. കാതിനിമ്പമേകുന്ന ഈണങ്ങൾ അദ്ദേഹം മീട്ടി. സംഗീതത്തിന്റേതായ അത്ഭുതശക്തി എവിടെനിന്നോ പവനനെ വിളിച്ചുവരുത്തി. തേനുണ്ണാൻ വന്ന വിരുന്നുകാർ സംഗീതത്തിനൊപ്പം ചിറകടിച്ചു. വളഞ്ഞ കൊക്കുകൾ തുറന്നുവെച്ച തേൻകുരുവികൾ കൊട്ടാരത്തിന്റെ വാതില്പടികളിൽ വന്നിരുന്നു. രഘുരാമന്റെ കൈകൾ ചലനം നിർത്തിയപ്പോൾ എല്ലാം പറന്നകന്നു. ലോകം പൂർവ്വസ്ഥിതി പ്രാപിച്ചു.

വസന്തത്തിന്റെ പ്രഭാവം മഹാരാജാവിനെ അത്യുത്സാഹവാനാക്കി. വസന്തോത്സവങ്ങൾ നടത്താൻ അദ്ദേഹം ഉത്തരവും നല്കി. ജനങ്ങൾ പുളകിതരായി. സംഗീതവും നൃത്തവും ഉൽക്കണ്ഠകളെ വേരോടെ പിഴുതെറിഞ്ഞു. ഗായകരെയും നർത്തകരെയും സമ്മാനങ്ങൾ നല്കി അദ്ദേഹം ആദരിച്ചു. പരദേശികളായവർക്ക് കൊട്ടാരത്തിൽ താമസസൗകര്യം ഏർപ്പെടുത്തി. അതിന്റെ ചുമതലയും എന്നെയാണ് ഏല്പിച്ചത്. അതിഥിസല്ക്കാരത്തിനു സീതയാണുചിതം എന്ന് അദ്ദേഹം ഉറപ്പിച്ചിരിക്കുന്നു.

വസന്തോത്സവത്തിന്റെ ആഘോഷങ്ങൾക്കിടെയാണ് അപ്രതീക്ഷിതമായി നാരദമഹർഷി വന്നെത്തിയത്. അന്തപ്പുരത്തിൽ എന്നോടൊപ്പം സംസാരിച്ചിരിക്കുകയായിരുന്നു ആര്യപുത്രൻ. എന്തോ പറഞ്ഞ് അദ്ദേഹം പൊട്ടിച്ചിരിച്ചു. അപ്പോഴാണ് പാദപതനം കേട്ടത്.

എഴുന്നേറ്റു നോക്കിയ എനിക്ക് അപരിചിതനായ അതിഥിയെ കണ്ട് അമ്പരപ്പു തോന്നി. അന്തപ്പുരത്തിൽ ഈ സമയത്ത് അദ്ദേഹം എങ്ങനെ കടന്നുവന്നു? വീണാവാഹകനായ ആ മഹർഷി ആദരസൂചകമായ ചിരി സമ്മാനിച്ചു. ശബ്ദമൊന്നും കേൾക്കാത്തതുകൊണ്ട് ആര്യപുത്രൻ പുറ

ത്തേക്കു വന്നു.

"ആരിത്? കടന്നുവന്നാലും മഹർഷേ, ഉപവിഷ്ടനായാലും, സീതേ, നിനക്ക് ആളെ മനസ്സിലായില്ലേ? ഇതു ബ്രഹ്മപുത്രൻ, സംഗീതവിദ്വാനായ നാരദമഹർഷി."

നാരദമഹർഷി! വീണ കണ്ടിട്ടും കാര്യം ഗ്രഹിക്കാത്ത തലച്ചോറിനെ ഞാൻ ശകാരിച്ചു. ബ്രഹ്മാവിന്റെ പ്രിയപ്പെട്ട മകൻ. സരസ്വതി കനിഞ്ഞരുളിയ സംഗീതത്തിനുപുറമേ വികടസരസ്വതിക്കു പേരുകേട്ട വാഗ്മി. ആരാലും ആരാദ്ധ്യനായ മഹർഷിയെ പ്രണമിച്ചു.

ഉപവിഷ്ടനായ മഹർഷിക്കു മുന്നിൽ നിറഞ്ഞ ആരാധനയുമായി ഞങ്ങളിരുന്നു. വെറുതെ സന്ദർശനം നടത്താൻ തരമില്ല. അനിവാര്യമായ വിപത്തുകളും സന്തോഷങ്ങളും പ്രവചിക്കുവാനാണ് മഹർഷി രാജകൊട്ടാരങ്ങൾ സന്ദർശിക്കാറ്. എന്റെ വിവാഹം ത്രയംബകം കുലയേറ്റുന്ന കുമാരനുമായി നടത്തണമെന്ന് അച്ഛനോടു നിർദ്ദേശിച്ചത് നാരദ മഹർഷിയാണ്. എന്നാൽ, അതിനുശേഷം സ്വയംവരത്തിൽ പങ്കെടുക്കാൻപോലും അദ്ദേഹം മിഥിലയിൽ വന്നിട്ടില്ല.

ആതിഥ്യത്തിൽ പ്രസന്നനായ മഹർഷി സംസാരിച്ചുതുടങ്ങി:

"രാമാ, നീ മികച്ച രാജാവാണ്. രാജധർമ്മത്തിന്റെ പാഠപുസ്തകങ്ങളിൽ ഇനിയെന്നും നീയുണ്ടാകും. നിന്റെ ജനതയ്ക്ക് അഭിവൃദ്ധിയും സുരക്ഷയും ഉറപ്പാക്കി ഇനിയും സംവത്സരങ്ങൾ നീ ഭരിക്കുമാറാകട്ടെ. അവരുടെ സുഖദുഃഖങ്ങളിലെന്നും താങ്ങായി നീയുണ്ടാകണം."

മഹർഷിയുടെ വാക്കുകൾ മധുരമുള്ളതായി തോന്നി. ആര്യപുത്രൻ തൊഴുകൈയോടെ മഹർഷിക്കു മറുപടിയേകി:

"അറിയാം, മഹർഷേ. മഹാഋഷി വസിഷ്ഠനാണ് എന്റെ ഗുരു. പിന്നെ, വിശ്വാമിത്രനും. പതിനാലുവർഷം പുണ്യാശ്രമങ്ങളിലാണ് ഞാൻ പാർത്തത്. അവരെല്ലാം എന്നെ പഠിപ്പിച്ചു, രാജാവിന്റെ പ്രഥമമായ കർത്തവ്യം പ്രജാസംരക്ഷണമാണെന്ന്. മഹത്തായ രഘുവംശത്തിലെ അംശമാണു ഞാൻ. രഘുവംശരാജാക്കന്മാർ പ്രജകൾക്കായി ജീവിക്കുന്നു. എന്റെ പ്രജകൾക്കായി എന്റെ പ്രാണനായ ഈ സീതയെപ്പോലും ഞാൻ ത്യജിക്കും!"

രഘുരാമന്റെ ശബ്ദത്തിൽ ആത്മാർത്ഥത തുളുമ്പിനിന്നു. കണ്ണുകളിൽ ഭക്തിയും സത്യവും ദർശിക്കാമായിരുന്നു. ഒരു വാഗ്ദാനംപോലെ അദ്ദേഹം കൈകൾ കൂപ്പിനിന്നു. ഉറപ്പുള്ള ആ വചനങ്ങൾ എനിക്കതിയായ സന്തോഷമേകി. എന്നോടുള്ള സ്നേഹം അദ്ദേഹത്തിന്റെ വാക്കുകളിൽ വ്യക്തമായിരുന്നു. അതിലുപരി കർത്തവ്യതല്പരനായ ഒരു ഭരണാധികാരിയുടെ മുഴക്കമുള്ള ആത്മാവും. രാജധർമ്മത്തെ മോക്ഷമാർഗ്ഗമായിക്കാണുന്ന ആര്യപുത്രനു സമീപം നിസ്സാരയായതായി എനിക്കു തോന്നി.

"നിന്റെ വാക്കുകൾ ശ്രേയസ്കരം തന്നെ. പുത്രധർമ്മവും രാജധർമ്മവും നീ തെറ്റിച്ചില്ല. അനന്തമായ യശസ്സ് നിന്നെ കാത്തിരിക്കുന്നു."

ഇരിപ്പിടം വിട്ട് അദ്ദേഹം എഴുന്നേറ്റു. മഹർഷിയുടെ പിന്നാലെ ഞങ്ങളും നടന്നു. ഇത്രവേഗം അദ്ദേഹം പോകുമെന്നു കരുതിയില്ല. അദ്ദേഹത്തിനു വടക്കുഭാഗത്തെ കൊട്ടാരമാളികയിൽ താമസസൗകര്യമൊരുക്കാമെന്ന് ആലോചിച്ചു തുടങ്ങുകയായിരുന്നു. വിടപറയാനൊരുങ്ങവേ, അദ്ദേഹത്തിന്റെ കണ്ണുകൾ പുഷ്പവാടിയിൽ ഉടക്കിപ്പോയി. ഒരക്ഷരം പറയാൻ കഴിയാതെ അദ്ദേഹം സ്തബ്ധനായി നിന്നു.

വിടർന്നുനില്ക്കുന്ന ചുവന്ന പൂക്കൾ. അവയിൽ രണ്ടേരണ്ടു ചിത്രശലഭങ്ങൾ. നൂറുനൂറായിരം ശലഭങ്ങൾ ആ തോട്ടത്തിലുണ്ടായിരുന്നു. ഒന്നുപോലും ആ നിമിഷം ദൃശ്യമായില്ല. പുതുതായി വിടർന്ന ആ പൂക്കൾ പരിലസിക്കുന്നതുപോലെ ഇതുവരെ കാണാത്ത ആ രണ്ടു ശലഭങ്ങൾ പാറിനടന്നു. അവരുടെ ചിറകുകൾ വൈഡൂര്യശോഭ വിടർത്തി. ചലനം ഋതുക്കളുടെ ഗതിമാറ്റംപോലെ സുന്ദരമായി തോന്നി.

മഹർഷി കണ്ണുകൾ ഇറുക്കിയടച്ചു. ശ്വാസമെടുക്കാത്ത ആലോചന. കണ്ണുകൾ തുറക്കുമ്പോൾ അദ്ദേഹം ചിരിക്കുകയായിരുന്നു. ആര്യപുത്രന്റെ തോളിൽ കുലുക്കി അദ്ദേഹം പറഞ്ഞു:

"മംഗളാശംസകൾ. വരുന്ന വർഷകാലത്ത് അങ്ങേക്കു രണ്ടുണ്ണികൾ പിറക്കും. രഘുകുലത്തിന്റെ ഭദ്രത കാക്കാൻ കെല്പുള്ള രണ്ടു യുവരാജാക്കന്മാർ."

പ്രവചനത്തിന്റെ പ്രതീക്ഷകൾക്കു മുന്നിൽ ഞങ്ങളെ കൈയൊഴിഞ്ഞ് മഹർഷി പോയി. രഘുവംശത്തിന് രണ്ടു യുവരാജാക്കന്മാർ! ആനന്ദാതിരേകംകൊണ്ട് വീർപ്പുമുട്ടിയ രഘുരാമൻ കുതിച്ചുയരുന്ന ചിരി മറച്ചുപിടിച്ച് എന്നോടു ചോദിച്ചു:

"അയോദ്ധ്യയുടെ സന്തോഷത്തിനു പരിധികളില്ല. മഹാറാണിക്കെന്താണു പകരം വേണ്ടത്? എന്തും തരാൻ ഈ നാടും രാജാവും തയ്യാർ."

ഒരിക്കൽ മോഹിച്ചതിന്റെ ശിക്ഷ കിട്ടിയതാണ്. മനസ്സിൽ ഗംഗയുടെ ചിത്രമല്ലാതെ ഒന്നും തെളിഞ്ഞില്ല. അലകളണിഞ്ഞ് നിശ്ശബ്ദമായോ പ്രക്ഷുബ്ധമായോ ഒഴുകുന്ന ഗംഗ. അവൾക്കു മറയായ പച്ചക്കുടകൾ. കാനനത്തിന്റെ വശ്യതയാർന്ന ഓർമ്മകൾ മാടിവിളിച്ചു. അസാമാന്യസൗന്ദര്യമുള്ള വനം എനിക്കുള്ളിൽ പച്ചപിടിച്ചു. ആര്യപുത്രന്റെ കൈയിൽ പതുക്കെ കൈ കോർത്ത് ഞാൻ പറഞ്ഞു:

"കാനനഭംഗി നുകരാൻ അനുവദിക്കണം..."

ചുവരിലൊരു ഗൗളി അപശകുനമായി ചിലച്ചു. മധു നുകർന്ന പൂമ്പാറ്റകളും പോയിക്കഴിഞ്ഞു. വസന്തമായിട്ടുകൂടി മരവിപ്പിക്കുന്ന തണുത്ത കാറ്റ് വീശിയടിച്ചു. തലകുലുക്കി സമ്മതം പറയവേ ആര്യപുത്രനു പിന്നിൽ തിരശ്ശീല ഇളകിവീണു. വഴിയിൽ തടസ്സംപോലെ ആ കട്ടിത്തുണി പൊടിപിടിച്ചുകിടന്നു.

എട്ട്

നില്ക്കുന്നത് അതേ ഗംഗാതീരത്താണ്. ഇവിടെയാണ് വർഷങ്ങൾക്കുമുൻപ് ലക്ഷ്മണൻ ഉപേക്ഷിച്ചുപോയത്. ഇതേ മണ്ണിലാണ് മരണമാഗ്രഹിച്ചു കിടന്നത്. ഈ പുണ്യഭൂമിയിൽ നിന്നാണ് ഗുരു എന്നെ മകളായിക്കണ്ട് സ്വന്തം ആശ്രമത്തിലേക്ക് ആനയിച്ചത്.

ഗംഗയുടെ ഓളങ്ങൾ നോക്കിനില്ക്കുമ്പോൾ അവളേക്കാളും ആഴം എന്റെ ജീവിതാനുഭവങ്ങൾക്കുണ്ടെന്നു തോന്നി. ഇതിനേക്കാൾ വിശാലമാണ് എന്റെയുള്ളിലെ ദുഃഖങ്ങൾ. ഇതിലും ഭയാനകമായ ഒഴുക്കാണ് എന്റെ കണ്ണീരിന്.

എത്ര വിവശനായിരുന്നു അന്ന് സൗമിത്രി! രാവണന്റെ മഹാവീരനും അമേയബലവാനുമായ പുത്രൻ ഇന്ദ്രജിത്തിനെ കൊന്നുവീഴ്ത്തിയ എന്റെ അനുജൻ അന്നു വിറയ്ക്കുന്നുണ്ടായിരുന്നു. അവന്റെ കണ്ണുകൾ ഈറനണിഞ്ഞിരുന്നു. ഗദ്ഗദം നിറഞ്ഞ കണ്ഠത്തോടെ അവൻ പറഞ്ഞ അവസാനവാചകം ഇന്നും തലച്ചോറിൽ മുഴങ്ങുന്നു:

“ജ്യേഷ്ഠത്തീ, എന്റെ ജ്യേഷ്ഠനോട്, ശ്രീരാമചന്ദ്രനോട് പൊറുക്കുക.”

കൊച്ചുകുട്ടിയെപ്പോലെ അവൻ വാവിട്ടു കരഞ്ഞു. ആശ്വസിപ്പിക്കാൻ ആർക്കുമായില്ല. ഈ നദിയും വൃക്ഷലതാദികളും മാൻപേടകളും നിസ്സഹായരായി നിന്നു. അവനെയൊന്നു സമാധാനിപ്പിക്കാൻ എനിക്കുമായില്ല. പെരുവിരൽ മുതൽ തലച്ചോറിന്റെ മേല്ക്കൂരവരെ വിറങ്ങലിച്ചുപോയി. ഞാനൊന്നും മിണ്ടിയില്ല. കാല്ക്കൽ വീണു കരയുകയായിരുന്ന ലക്ഷ്മണനെ എഴുന്നേല്പിക്കണമെന്ന ചിന്തപോലും എനിക്കുണ്ടായില്ല. ദൂരേ എവിടേക്കോ കണ്ണുകളുറപ്പിച്ച് സ്വയമറിയാതെ നിന്നുപോയി. ആ നിമിഷം തിരിച്ചുചെന്ന് അയോദ്ധ്യ മുഴുവൻ കേൾക്കെ രഘുരാമനോടു വിശദീകരണം തേടണമെന്നു തോന്നി. ജനകജയ്ക്ക് അതു കഴിയുമായിരുന്നില്ല.

സീതയ്ക്കൊപ്പം അവളും അന്നും നിസ്സഹായയായി നിന്നുപോയി.

ചങ്ങാടത്തിൽക്കയറി പോകുന്ന ലക്ഷ്മണന്റെ രൂപം ഇന്നും മനസ്സിലുണ്ട്.

തിരിച്ചു വിളിക്കാനാഞ്ഞില്ല. ശബ്ദമോ ശബ്ദം പുറപ്പെടുവിക്കാൻ ജീവനുള്ള ദേഹമോ നഷ്ടപ്പെട്ടു പോയിരുന്നു.

പിന്നീടെപ്പോഴോ കാലുകൾക്കു ബലം പോരാതായി. മോഹാലസ്യപ്പെട്ടു വീണു. അയോദ്ധ്യയുടെ മഹാറാണി വെറുംമണ്ണിൽ ആരോരുമടുത്തില്ലാതെ അനാഥയായി വീണുകിടന്നു. അപ്പോഴും അലങ്കാര ചിഹ്നങ്ങൾ ഞാനണിഞ്ഞിരുന്നു. അവയെല്ലാം വ്യർത്ഥമാണെന്ന് ആ കിടപ്പോർക്കുമ്പോൾ അറിയാതെ പറഞ്ഞുപോകുന്നു.

രക്ഷയ്ക്കായി കൗസല്യാ മാതാവ് കെട്ടിത്തന്ന രക്ഷകളും കൈയിലുണ്ടായിരുന്നു. മനുഷ്യന്റെ ചില വിശ്വാസങ്ങൾ അബദ്ധജടിലമാണ്. എന്റെയും രഘുരാമന്റെയും സന്തുഷ്ടജീവിതത്തിനായി എത്രയധികം പൂജകളാണ് നടത്തിയത്. എന്നിട്ടും വിധി അതു കാത്തുവെച്ചിരുന്നതു മാത്രം സമ്മാനിച്ചു. ആഗ്രഹങ്ങളിലൂടെയും ആവശ്യങ്ങളിലൂടെയും എന്നിട്ടും മനുഷ്യൻ ഓരോന്നു തേടിക്കൊണ്ടിരിക്കുന്നു. എന്നും അയോദ്ധ്യയിൽ സന്തോഷമായി കഴിയണമെന്നു പ്രാർത്ഥിച്ച ഞാൻ വളരെ അകലെ വനത്തിൽ ബോധമില്ലാതെ കിടന്നത് ദേവകൾ കണ്ടില്ലെന്നു തോന്നിപ്പോയി.

ബോധം വന്നപ്പോൾ ആരോ നെറ്റിയിൽ തടവുന്നു. മൃദുലമായ കൈ. അച്ഛനെ ഓർമ്മ വന്നു. അദ്ദേഹമുണ്ടായിരുന്നെങ്കിലും എന്നെ ഇതുപോലെ വാത്സല്യപൂർവ്വം തലോടുമായിരുന്നു. ഞാൻ തലയുയർത്തി നോക്കി.

അതൊരു മഹർഷിയായിരുന്നു. വർഷങ്ങളുടെ തപസ്സുകൊണ്ട് മുഖത്തെ സൂര്യസമാനം തേജസ്സുള്ളതാക്കിയ ഒരു മഹാമുനി. ഞാൻ കൈകൂപ്പി വണങ്ങി. അദ്ദേഹം എന്നെ അനുഗ്രഹിച്ചു:

"സീതേ, നീ വീണ്ടും വിധിയുടെ കൈകളാൽ അയോദ്ധ്യയിൽനിന്നും അകറ്റപ്പെട്ടിരിക്കുന്നു. രാജധർമ്മത്തിന്റെ കെട്ടുപാടില്ലാത്ത വാല്മീകിയുടെ ആശ്രമത്തിലേക്ക് നിനക്കു സ്വാഗതം."

മഹർഷി വാല്മീകി! മോക്ഷം സിദ്ധിച്ചതുപോലെ തോന്നി. ബ്രഹ്മാവിന്റെ പുത്രനും മഹാതപസ്വിയുമായ വാല്മീകി. ജീവിതത്തിൽ ഏറ്റവുമധികം തളർന്നുപോയ ആ നിമിഷത്തിലും ഭാഗ്യത്തിൽ വിശ്വസിച്ചുപോയി. അദ്ദേഹത്തിന്റെ കാരുണ്യം നിറഞ്ഞ മുഖത്തേക്ക് ഞാൻ നോക്കി. എന്റെ മനസ്സു വായിച്ചെടുത്ത മട്ടിൽ അദ്ദേഹം തുടർന്നു:

"ഭൂമിപുത്രീ, നീ മൂന്നുലകിലും കളങ്കമില്ലാത്തവളാണ്. ഐശ്വര്യത്തെ ഉൾക്കൊണ്ടവളാണ്. അയോദ്ധ്യാപതിയുടെ പട്ടമഹിഷിയായിട്ടും നീയിന്ന് ഈ കാനനത്തിൽ അകപ്പെട്ടുപോയത് വിധിയുടെ കൊടുംക്രൂരത. പക്ഷേ, വാല്മീകി ഹൃദയമില്ലാത്തവനല്ല. നിന്നെ സ്വീകരിക്കുന്നതിലൂടെ വാല്മീകിയുടെ ആശ്രമം പുണ്യത്തെ വരവേല്ക്കുകയാണ്. വന്നാലും മൈഥിലീ."

വാല്മീകി സർവ്വജ്ഞാനിയും ത്രികാലജ്ഞനുമാണ്. എന്നിട്ടും, ഈ സാധാരണക്കാരിയെ അദ്ദേഹം ഭൂമിപുത്രിയെന്നു വിളിച്ചു. അയോദ്ധ്യ

കാണാത്ത സത്യങ്ങളെ ഉദ്ഘോഷിച്ചു. ഉൾക്കാട്ടിൽ അകപ്പെട്ടുപോയ സ്ത്രീക്ക് ആശ്രമത്തിൽ അഭയം ഉറപ്പു നല്കി. വനവാസിയായ മഹർഷിയുടെ മനസ്സാക്ഷി നാടുവാഴുന്ന രാജാവ് കണ്ടിരുന്നെങ്കിൽ!

അദ്ദേഹത്തിന്റെ ദയാവായ്പ് നിരസിക്കാനായില്ല. ഞാനെഴുന്നേറ്റു. അങ്ങനെയാണ് ആശ്രമത്തിലെത്തിയത്. എന്നെ സ്വീകരിക്കുവാൻ, സന്ന്യാസിനിമാർ ആരതിയുമായെത്തി. യുവശിഷ്യന്മാർ എനിക്കായി പുതിയൊരു പർണ്ണശാല കെട്ടി. അവരുടെ സ്നേഹം പുതിയൊരു പ്രത്യാശ നല്കി.

വാല്മീകിമഹർഷി എന്നെ ആനയിച്ചത് പുതിയ ലോകത്തേക്കായിരുന്നു. ഒരു പുതിയ ജീവിതത്തിലേക്കായിരുന്നു. അന്നുമുതൽ അവരുടെ ആശ്രമത്തിലെ ഒരംഗമായി. മഹാറാണിയുടെ വർണ്ണാഭമായ ഉടയാടകൾ വെടിഞ്ഞ് കാഷായവസ്ത്രം ധരിച്ചപ്പോൾ ജീവിതത്തോടു മമത തോന്നി.

ആ രാത്രി ഞാൻ ഉറങ്ങിയില്ല. പുതിയ ഗൃഹത്തിന്റെ ജനാലയിലൂടെ ആകാശത്തേക്ക് കണ്ണുനട്ടു കിടന്നു. ആകാശത്തുയർന്നു വിളങ്ങുന്ന ആ പൂർണ്ണചന്ദ്രനുമായി എന്തെല്ലാം പങ്കുവെക്കാനുണ്ട്!

മിഥിലയിലെ കൊട്ടാരത്തിലായിരുന്നപ്പോഴും ചന്ദ്രനുമായി വർത്തമാനം പറയുമായിരുന്നു. പൂർണ്ണചന്ദ്രനെ ഞാൻ പകർത്തിയ ചിത്രം ഒരു പക്ഷേ, ഇന്നും അച്ഛൻ രാജസഭയിൽ സൂക്ഷിച്ചിരിക്കാം. പ്രിയപുത്രി എല്ലാ അധികാരങ്ങളിൽനിന്നും അകറ്റിനിർത്തപ്പെട്ടത് അവളുടെ സ്നേഹനിധിയായ അച്ഛൻ അറിഞ്ഞിട്ടുണ്ടാകില്ല. അദ്ദേഹത്തോട് ആർക്കെന്തു സമാധാനം പറയാനാകും?

ഇതേ ചന്ദ്രനെയാണ് ഞാനും ആര്യപുത്രനും ചേർന്ന് നാഴികയോളം നോക്കിയിരുന്നത്. എന്റെ മുഖം ചന്ദ്രനേക്കാൾ എത്രയോ കേമമാണെന്ന് അദ്ദേഹം തമാശയായി പറയുമായിരുന്നു. അയോദ്ധ്യയിലെ കൊട്ടാരം ചന്ദ്രന്റെ കിരണങ്ങളിൽ കണ്ണാടിപോലെ വിളങ്ങിയിരുന്നു.

വനത്തിലെ യാത്രയ്ക്കിടെ ലക്ഷ്മണനും ഞാനും രഘുവീരനുമടങ്ങിയ സംഘത്തിന് ചന്ദ്രനൊരു വഴികാട്ടിയായിരുന്നു. നിലാവിന്റെ മാത്രം വെളിച്ചംകൊണ്ടാണ് ഞങ്ങൾ പലപ്പോഴും നടന്നുകൊണ്ടിരുന്നത്. നിലാവിന്റെ ഭംഗി വനത്തിലാണു കൂടുതലെന്ന് ലക്ഷ്മണൻ പറഞ്ഞിട്ടുണ്ട്.

ലങ്കയിലെത്തിയപ്പോൾ പരിചയക്കാരനായുണ്ടായിരുന്നതും ഇതേ അമ്പിളിയാണ്. മാനത്തേക്കു തലയുയർത്തി എത്രയോ ദിവസങ്ങൾ ഞാൻ രഘുവീരനെക്കുറിച്ച് ചോദിച്ചിട്ടുണ്ട്. രാവണന്റെ ഭീഷണിക്കു മുന്നിൽ പിടിച്ചുനിർത്തിയത് ചന്ദ്രനിൽ നിന്നെത്തിയ തണുത്ത രശ്മികളാണ്.

ഇന്നദ്ദേഹം വീണ്ടും എന്നെ ഏകയായി കാണുന്നു. രാമനെവിടെ എന്നു ചോദിക്കുന്നില്ലെന്നു മാത്രം. കൊട്ടാരത്തിൽ വളർന്ന് കൊട്ടാരത്തിലേക്ക് വിവാഹം കഴിപ്പിച്ചയച്ച മിഥിലാപുത്രി കൂടുതലും വനത്തിൽത്തന്നെയാണല്ലോ എന്നായിരിക്കും അദ്ദേഹത്തിന്റെ ആശ്ചര്യം! എനിക്കതിൽ ആശ്ചര്യമില്ല. വിധിയുടെ കരങ്ങളെ കുറ്റപ്പെടുത്താനും തുനിഞ്ഞില്ല. ഇങ്ങനെയായിരിക്കാം സംഭവിക്കേണ്ടത് എന്നു മാത്രം സമാധാനിച്ചു. മനസ്സിനെ പിടിച്ചുനിർത്തിയെങ്കിലും ഹൃദയത്തെ തടയാൻ എനിക്കായില്ല. അതു

വെറുതെ കണ്ണീരൊഴുക്കി.

ഒരു മഹാറാണിയുടെ ആജ്ഞാഭാവവും ധിക്കാരവും ആലസ്യവും കൈവിട്ടു. അവയെല്ലാം നശ്വരവും ദുഃഖദായകവും ആണെന്ന തിരിച്ചറിവ് എനിക്കുണ്ടായി. പുതിയ സാഹചര്യങ്ങളോടു പൊരുത്തപ്പെട്ടു.

ബ്രാഹ്മമുഹൂർത്തത്തിൽ എഴുന്നേറ്റ് ഗുരുവിനെ വന്ദിച്ച് ചമത ശേഖരിക്കാൻ പോയിത്തുടങ്ങി. പ്രകൃതിയുടെ ഉറക്കം വിട്ടുമാറുന്നതിനു മുൻപുള്ള ആ പോക്ക് കൊട്ടാരത്തിലെ അലങ്കരിച്ച ശയ്യയിൽ തിരിഞ്ഞും മറിഞ്ഞും കിടക്കുന്നതിനേക്കാൾ എത്രയോ ആസ്വാദ്യമാണ്.

സന്ധ്യാസമയത്ത് എല്ലാവരും കൂടിയിരുന്നു ഭജനകൾ പാടും. ആ കൂട്ടായ്മ ആദ്ധ്യാത്മികവും സൗഹൃദപരവുമായ ഒരു അനുഭൂതി നല്കി. മഹർഷിയുടെ മിക്ക ശിഷ്യന്മാരും നല്ല ഗായകരോ ചിത്രകാരന്മാരോ ആണ്. അവരുടെ ഭജനകൾ കേൾക്കുവാൻ മാനുകൾ, മയിലുകൾ, മുയലുകൾ.... എല്ലാവരും ആശ്രമമുറ്റത്തേക്ക് ഓടിയെത്തും.

ഇതിനെല്ലാം ശേഷം വിശ്രമിക്കുവാൻ പോകുമ്പോൾ മനസ്സ് തൂവൽ പോലെ ഭാരമില്ലാത്തതും പ്രശാന്തവുമായി മാറും. ഉറക്കം പതുക്കെ നാമറിയാതെതന്നെ നമ്മെ വരിഞ്ഞുമുറുക്കിക്കളയും. അതിന്റെ പിടിയിൽ ഉൽക്കണ്ഠകൾ ഇല്ലാതെ നാം അമർന്നുപോകും.

സന്ന്യാസവും തപസ്സും ജീവിതവിരക്തികൊണ്ടാണ് എന്നുള്ള വിശ്വാസം അബദ്ധമാണ്. അവരാണ് ജീവിതത്തെ യഥാർത്ഥ അർത്ഥത്തിൽ മനസ്സിലാക്കി അതിനെ ആസ്വദിക്കുന്നത്. മരണത്തിനും ജനനത്തിനുമിടയിലെ ചെറിയ ഇടവേളയെ പുണ്യം നിറഞ്ഞതാക്കുക മാത്രമാണ് ഭക്തിയും തപസ്സും നിർവ്വഹിക്കുന്ന ധർമ്മം. അത് സുഖഭോഗങ്ങൾക്കിടയിൽ ജീവിക്കുന്നവർക്കു വായിച്ചെടുക്കാൻ കഴിഞ്ഞില്ലെന്നുവരാം.

ലവന്റെയും കുശന്റെയും ജനനത്തിനുശേഷമാണ് ആശ്രമജീവിതം ശരിക്കും രസകരമായതെന്നാണ് ഗുരു പറയുന്നത്. അവർ വലിയ വികൃതികളാണ്. അവരുടെ നാമകരണവും അദ്ധ്യയനവുമെല്ലാം ഗുരുതന്നെ ചെയ്തു. അദ്ദേഹമവരെ പേരക്കുട്ടികളെപ്പോലെ താലോലിക്കുന്നു.

ആശ്രമത്തിലെ ഓരോ അംഗവും അവരെ സ്നേഹിച്ചു. അവർക്കെല്ലാം എന്റെ കുഞ്ഞുങ്ങൾ സ്വന്തമായിരുന്നു. അവരുടെ വികൃതിയെയും വളർച്ചയെയും സന്ധ്യക്ക് അച്ചടക്കത്തോടെ ഭജനയ്ക്കെത്തുന്നതിനാൽ അവരെ ഒട്ടൊന്ന് ആദരിക്കുവാനും മുതിർന്നവർ തയ്യാറായി.

എന്റെ മുന്നിൽ ഇരുവരും നിഷ്കളങ്കരായിരുന്നു. എന്തു പറഞ്ഞാലും അനുസരണയോടെ ചെയ്തുപോന്നു. പക്ഷേ, ഒരുവനോടു കൂടുതൽ സ്നേഹം കാണിച്ചാൽ ആ നിമിഷം കലഹം ആരംഭിക്കുമെന്നുറപ്പ്. അമ്മയുടെ ഏത് ഇച്ഛയും ചോദിച്ചറിഞ്ഞ് അതു നിറവേറ്റാൻ സദാ സന്നദ്ധരായിരുന്നു.

പഠിക്കാൻ മിടുമിടുക്കരാണ്. പാഠങ്ങൾ ഒരുവേള കേട്ടാൽത്തന്നെ ഹൃദിസ്ഥമാകും. ഇമ്പമാർന്ന രീതിയിൽ പാടാനുമറിയാം. അവരെ ആയോധനകല പഠിപ്പിക്കുവാൻ ഗുരു ഒരു ആചാര്യനെ നിയമിച്ചു. അതും വേഗം പഠിക്കുന്നു എന്നാണ് അദ്ദേഹം പറഞ്ഞത്.

ഒരു കാര്യത്തിൽ മാത്രം മക്കളോട് അസൂയ തോന്നി. അയോദ്ധ്യാപതി രാമന്റെ ജീവിതകഥ അവർ മനപ്പാഠമാക്കി. *രാമായണം* എന്ന പേരിൽ രാമന്റെ ഭൂതവും വർത്തമാനവും ഭാവിയും ഉൾക്കൊള്ളിച്ച ആ കൃതി ഒരിക്കൽപ്പോലും ഗുരുനാഥൻ എന്നെ കാണിച്ചിട്ടില്ല. പക്ഷേ, ലവകുശന്മാർ അതു വായിക്കുകയും പഠിക്കുകയും ഈണത്തിൽ പാടുകയും ചെയ്യുന്നു.

പാട്ടു കേൾപ്പിക്കാനായി അവരിന്ന് ഗുരുനാഥനൊപ്പം അയോദ്ധ്യയിലേക്കു പോയിരിക്കുകയാണ്. അതിരാവിലെ പോയതാണ്. ഇനിയും മടങ്ങിയെത്തിയിട്ടില്ല. മക്കളെ അയോദ്ധ്യ എങ്ങനെ സ്വീകരിക്കുമെന്ന ചിന്ത എന്നെ അലട്ടിയില്ല. ഗുരു അവർക്കൊപ്പമുണ്ട്. സത്യവും ധർമ്മവും അവരുടെ പാതയ്ക്കു കാവൽ നില്ക്കുമെന്നും എനിക്കറിയാം.

സന്ധ്യാപൂജയ്ക്കുള്ള സമയമായി. ചിന്തകളെ കുടഞ്ഞെറിഞ്ഞ് ആശ്രമത്തിലേക്കു നടന്നു. ചിലപ്പോൾ അവർ മടങ്ങിയെത്തിയിട്ടുണ്ടാകാം. വിവരങ്ങൾ നേരിട്ടു കേൾക്കാം. സമയം വൈകിക്കാതെ വേഗം നടന്നു.

ആശ്രമത്തിന്റെ മുറ്റത്ത് വിളക്കുകൾ കൊളുത്തിക്കഴിഞ്ഞു. ഞാൻ ധൃതിപ്പെട്ടു നോക്കി. ഇല്ല, യാത്ര പോയവർ മടങ്ങിയെത്തിയിട്ടില്ല. അസുഖകരമായ ഒരു ശങ്ക മനസ്സിൽ ചിറകുവിരിച്ചു.

അകലെയുള്ള മലയുടെ മാളത്തിൽ സൂര്യദേവൻ വിശ്രമിക്കാൻ തുടങ്ങി. ഇനിയങ്ങോട്ട് വിളക്കുകളാണ് ആശ്രയം. ചിരാതുകളിൽ എണ്ണ പകരുവാനായി ബദ്ധപ്പെട്ട് അകത്തേക്കു പോയി. ഇന്ന് പതിവിലധികം ഇരുട്ട്. വിളക്കുകൾക്കു മങ്ങിയ വെട്ടം മാത്രം.

അപ്പോഴാണ് തേർച്ചക്രങ്ങളുടെ ശബ്ദം കേട്ടത്. ഭാഗ്യം! നാടുകാണാനെത്തിയ അതിഥികളെയെങ്കിലും മാന്യമായി യാത്രയയക്കുവാൻ അയോദ്ധ്യക്കു തോന്നിയല്ലോ. ഗുരുനാഥന് വാർദ്ധക്യം ബാധിച്ചുതുടങ്ങിയിട്ടുണ്ട്. രഥമനുവദിച്ചത് തികച്ചും ഉചിതമായി.

മക്കളെ കാണുവാനുള്ള ആകാംക്ഷകൊണ്ട് പുറത്തേക്കിറങ്ങിയോടി. ആദ്യമായാണ് അവർ ആശ്രമം വിട്ടു പോകുന്നത്. അതും ഇത്രയും അകലത്തേക്ക്. തികച്ചും അപരിചിതമാണ് അവർക്ക് അയോദ്ധ്യ.

രഥത്തിൽ മക്കളും ഗുരുനാഥനുമല്ലാതെ മറ്റൊരാൾ കൂടിയുണ്ട്. രാജദൂതനാണെന്നു തോന്നുന്നു. മഹാരാജാവിന്റെ കെങ്കേമമായ അശ്വമേധയാഗത്തിലേക്ക് ആശ്രമത്തിലെ അന്തേവാസികളെ ക്ഷണിക്കാനാകും.

നിരസിക്കാനുള്ള ശക്തി സംഭരിച്ചുകൊണ്ട് രഥത്തിനടുത്തേക്കു നടന്നു. അശ്വമേധവാർത്തകൾ ഒരിക്കൽ ആശ്രമത്തിലും കേട്ടു. പൂജയ്ക്ക് രാജാവിനു സമീപം സീതയുടെ സ്വർണ്ണപ്രതിമയാണത്രേ. മാംസവും മജ്ജയും വികാരവുമുള്ള സീത ജീവിച്ചിരിക്കുമ്പോൾ അവളെ ലോഹപിണ്ഡം മാത്രമാക്കിയ മഹാരാജാവിന്റെ നീക്കത്തെ മര്യാദയുടെയും ഏകപത്നീപ്രിയത്തിന്റെ അളവുകോലായാണ് അളക്കുന്നത്. അതു പത്നീപ്രിയം കൊണ്ടല്ല, രാജർഷി ജനകന്റെ ശാപത്തോടുള്ള ഭയത്താലാണെന്നു വേർതിരിച്ചറിയാൻ ആർക്കും കഴിയാതെ പോയി.

പുനർവിവാഹത്തിനുള്ള നീക്കവും ബ്രാഹ്മണൻ പറഞ്ഞ കഥയിലു

ണ്ടായിരുന്നു. രാജാവ് സീതയെച്ചൊല്ലി നിരസിച്ചതും കേട്ടു. കൗസല്യാമാതാവ് ശബ്ദമുയർത്തിയിട്ടുണ്ടെന്നും. ഭരതൻ എനിക്കായി വാദിച്ചുവെന്നും ഊഹിച്ചു. ധർമ്മത്തിന്റെ വിത്തുകൾ അയോദ്ധ്യയിലൊട്ടാകെ മുരടിച്ചിട്ടില്ലായിരിക്കും.

ഭരതൻ എന്നും ധർമ്മത്തിനൊപ്പമാണ്. അയോദ്ധ്യയുടെ സിംഹാസനം കിട്ടിയിട്ടും അതിനെ തള്ളിക്കളഞ്ഞ് അഗ്രജനെ തേടി കാട്ടിൽ വന്നവനാണവൻ. നീണ്ട പതിനാലു വർഷം സന്ന്യാസജീവിതം നയിച്ച് അഗ്രജന്റെ പാദുകത്തെ തലയിലേറ്റിയ വീരനാണവൻ. ജ്യേഷ്ഠത്തിയോട് അയോദ്ധ്യ കാട്ടിയ അന്യായം ആരു മറന്നാലും ഭരതൻ മറക്കില്ല. ജ്യേഷ്ഠനോടുള്ള സ്നേഹത്താൽ സൗമിത്രി നിശ്ശബ്ദനായിപ്പോയേക്കാം. എന്നാലും ഭരതൻ രഘുരാമനോടു തലയുയർത്തിപ്പിടിച്ച് ചോദിക്കും, ജ്യേഷ്ഠത്തിയെക്കുറിച്ച്. അവൻ അയോദ്ധ്യ വിട്ടു പോയെന്ന വാർത്ത കേട്ടപ്പോഴേ കാരണം മനസ്സിലായി. ഉള്ളിൽ ഒരുപിടി നന്ദിവാക്കുകൾ ഞാനന്നു പറഞ്ഞിരുന്നു.

ഊർമ്മിളയും മിണ്ടാതിരിക്കില്ല. അവൾ കവയിത്രിയും പണ്ഡിതയുമാണ്. സരസമായി സംസാരിക്കാനറിയുന്നവളാണ്. സ്ത്രീക്കുനേരെ ഉയർന്ന അപമാനത്തിന് അവളുടെ മറുപടി തീർച്ചയായും കിട്ടിക്കാണും. രാജസഭയിൽ സർവ്വർക്കും മുന്നിൽ അവൾ അദ്ദേഹത്തോടു കാരണം തിരക്കും. മറുപടി മൗനമായിരിക്കും എന്ന് ഊഹിക്കാം. എന്നാലും എന്നെ ഓർക്കുവാൻ അലിവുള്ള ഹൃദയങ്ങൾ സ്പന്ദിക്കുന്നുണ്ടല്ലോ. അതുമാത്രം മതി എനിക്കു സന്തോഷിക്കുവാൻ.

രാജദൂതൻ സമീപിക്കുംമുമ്പ് ഗുരു അടുത്തു വന്നു. ആ കണ്ണുകളിൽ വേദനയുടെ നീർ. ലവകുശന്മാരെ എന്റെ കൈയിൽ ഏല്പിച്ചു. പിന്നെ മിണ്ടാതെ നില്പായി. നിശ്ശബ്ദതയുടെ വല്ലാത്ത കാഠിന്യം. ഞാനത് അവസാനിപ്പിക്കാൻതന്നെ തീരുമാനിച്ചു.

“ഗുരോ, അയോദ്ധ്യാപതിയുടെ സ്വീകരണം ഊഷ്മളം തന്നെയായിരുന്നില്ലേ? അങ്ങയുടെ കാവ്യത്തെയും അതിന്റെ ആലാപനത്തെയും കുറിച്ച് അദ്ദേഹം എന്തു പറഞ്ഞു? അങ്ങയുടെ യാത്രാക്ഷീണം മനസ്സിലാക്കുന്നു. പക്ഷേ, എന്റെ ആകാംക്ഷ തിരിച്ചറിഞ്ഞാലും.”

ഗുരു ആദ്യം ചോദ്യം കേട്ടതായി നടിച്ചില്ല. പിന്നെ കനമുള്ള ശബ്ദത്തിൽ ഉത്തരത്തിനായി പരതി.

“അതെ പുത്രീ, സ്വീകരണം നാം വിചാരിച്ചതിലും ഭംഗിയായി. നിന്റെ പുത്രന്മാരുടെ പ്രതിഭയെ അയോദ്ധ്യ വാഴ്ത്തി. അവരുടെ പിതാവ് മക്കളുടെ അമ്മയ്ക്കായി രാജദൂതൻ വഴി സന്ദേശവും അയച്ചിരിക്കുന്നു. ഞാൻ ഒന്നു വിശ്രമിക്കാൻ പോകുന്നു. മറുപടി നീ നല്കുക. എന്നോട് ആലോചിക്കേണ്ടതില്ല. നീ ചിന്താശക്തിയുള്ളവളാണ്. നിന്റെ മറുപടി യുക്തം തന്നെയാകും.”

ഗുരു പതുക്കെ നടന്നകന്നു. അദ്ദേഹത്തിന്റെ വാക്കും നോക്കും എന്തോ ഒളിപ്പിക്കാൻ ശ്രമിച്ചതായി ഞാൻ കണ്ടെത്തി. ഇനിയുമെന്തു ശിക്ഷയാണ് അയോദ്ധ്യ എനിക്കു നല്കുന്നതെന്ന് അമ്പരന്നു.

രാജദൂതൻ പ്രായമുള്ളയാളാണ്. അയോദ്ധ്യയിൽ ആദ്യപ്രവേശന

വേളയിൽ ഇദ്ദേഹത്തെ കണ്ടിട്ടുണ്ട്. ആ മുഖവും യാത്രാക്ഷീണത്തിൽ വിയർത്തിരുന്നു. ചുണ്ട് ദാഹംകൊണ്ടാകാം വരണ്ടിട്ടുണ്ട്.

"ഹേ മാന്യാ, താങ്കൾ അതിഥിഗൃഹത്തിലേക്കു പോയാലും. താങ്കളും ക്ഷീണിതനാണ്. സന്ദേശം വായിച്ച് മറുപടി ഉടനെ തരാം. അതുവരെ വിശ്രമിക്കുക!"

രാജദൂതൻ വിറയ്ക്കുന്ന കൈകളാൽ സന്ദേശം എനിക്കു തന്നു. എന്നിട്ട് അതിഥിഗൃഹത്തിലേക്കു വഴികാട്ടിയായ യുവസന്ന്യാസിയെ പിന്തുടർന്നു. തേരിൽ കെട്ടിയിരുന്ന വെളുത്ത കുതിരകൾ എന്നെ നോക്കി നിശ്ശബ്ദമായി നിന്നു.

ലവകുശന്മാരുടെ മുഖം മ്ലാനം. അവരും തളർന്നിട്ടുണ്ടാകും. ദർഭയിലിരുത്തി പാനീയങ്ങളും വിശിഷ്ടങ്ങളായ ചില ഫലങ്ങളും നല്കി. അവർക്കു വിശപ്പില്ലെന്നു തോന്നി. ഒന്നും കഴിച്ചില്ല.

"അയോദ്ധ്യ എങ്ങനെയായിരുന്നു? രാജാവിനും പ്രജകൾക്കും ക്ഷേമം തന്നെയല്ലേ? എന്തൊക്കെയാണു നടന്നതെന്ന് അമ്മയ്ക്കു പറഞ്ഞു തരുമോ?"

ലവൻ തല പൊക്കി രൂക്ഷമായി നോക്കി. അവൻ ക്രോധത്തിലാണ്. കുശനും പ്രതികരിച്ചില്ല. പിന്നെ, ലവന്റെ ഉച്ചത്തിലുള്ള ശബ്ദം:

"അമ്മയാണോ സീത? അച്ഛനാണോ രാജാ രാമൻ? അമ്മയെങ്ങനെ ഒരു പ്രതിമയായി? നിരപരാധിയായ ഞങ്ങളുടെ അമ്മയെ ആരു പുറത്താക്കി? എന്നിട്ടും, അമ്മ ഒന്നും പറയാത്തതെന്ത്?"

അവന്റെ ദേഷ്യം എന്റെ ഉള്ളിൽ ശീതളമായ ഒരു തിരിച്ചറിവു നല്കി. മക്കൾ എന്നെ അറിയുന്നു. അയോദ്ധ്യയോടുള്ള അവരുടെ ധാർമ്മിക രോഷം എനിക്ക് അഭിമാനമേകി. അച്ഛനെപ്പോലെ അവരൊരിക്കലും എന്നെ തള്ളിപ്പറയില്ല. പുത്രധർമ്മത്തേക്കാളേറെ അവർ മറ്റൊന്നിനും വില കല്പിക്കുന്നില്ല.

അവരുടെ അമ്മയായതാണ് ഏറ്റവും വലിയ ഭാഗ്യം. ധീരരും വീരരും കർമ്മനിരതരും ധർമ്മിഷ്ഠരുമായ മക്കളെ ആരാണ് ആഗ്രഹിക്കാത്തത്. പ്രാർത്ഥനകളെല്ലാം ഭഗവാൻ തള്ളിക്കളഞ്ഞില്ല. വാർദ്ധക്യത്തിൽ താങ്ങായി രണ്ടു പെരുംതൂണുകൾ എനിക്കു കിട്ടി.

പിന്നെ ഒരു ചിന്ത വേദനയായി കടന്നുവന്നു. ഇന്നാദ്യമായിട്ടാണ് അവർ കൊട്ടാരം കാണുന്നത്. നഷ്ടപ്പെട്ടുപോയ ആ ജീവിതത്തെ തിരിച്ചു കിട്ടാൻ അവർ ആഗ്രഹിക്കുന്നുണ്ടാവും. ജനനത്തിനു മുൻപ് പറിച്ചെടുക്കപ്പെട്ട അവകാശങ്ങൾ അവർക്കു വേണമായിരിക്കും. അച്ഛന്റെ സ്നേഹവും അവർ മോഹിക്കുന്നുണ്ടായിരിക്കും.

എനിക്കെന്നോടു പുച്ഛം തോന്നി. എനിക്കു വേണ്ടതും അതിലധികവും നല്കുന്ന എന്റെ കുട്ടികളോട് ശത്രുക്കൾപോലും ചെയ്യാത്ത ക്രൂരതയാണ് ഞാൻ കാണിക്കുന്നത്. അവരുടെ ജന്മസിദ്ധമായ അധികാരവും അവകാശവുമാണ് ഞാൻ കാരണം ചോദ്യം ചെയ്യപ്പെടുന്നത്. അവരുടെയുള്ളിലും ആർഭാടം നിറഞ്ഞ, അലങ്കൃതമായ സ്വപ്നങ്ങൾ ഉണ്ടാകും.

അതിന്റെ വർണ്ണവൈവിദ്ധ്യത്തെയാണ് ഞാൻ കാവികൊണ്ടു മറച്ചുപിടിച്ചത്.

ഈ കുഞ്ഞുങ്ങളെ നെഞ്ചോടു ചേർക്കാൻ മൂന്നു മുത്തശ്ശിമാരുണ്ട്. മൂന്നു ചെറിയച്ഛന്മാരും മൂന്നു ചെറിയമ്മമാരും ഉണ്ട്. രാജകൊട്ടാരത്തിന്റെ വിശാലമായ കവാടങ്ങൾ ഇവർക്കായി തുറന്നിട്ടിരിക്കുന്നു. ഞാനാണി വരെ വസ്ത്രാഞ്ചലംകൊണ്ട് ഈ വനഭൂമിയിൽ ബന്ധിച്ചത്. ഇവരെ ബന്ധു ക്കളിൽനിന്ന് അകലെയാക്കിയത്.

കണ്ണീർ തുടച്ച് നനഞ്ഞ കൈകൾകൊണ്ട് ദൂതൻ ഏല്പിച്ച സന്ദേശം തുറന്നു. രാജാവ് സ്വയം എഴുതിയതാണ്. മനോഹരമായ കൈപ്പട ഞാൻ തിരിച്ചറിഞ്ഞു. ആ സുഗന്ധതൈലത്തിന്റെ മണവും സുപരിചിതമാണ്.

'സീതേ,

തികച്ചും ഔപചാരികമായ ഇത്തരം സന്ദേശം രാമനിൽനിന്നും പ്രതീ ക്ഷിച്ചിട്ടുണ്ടാകില്ല. വർഷങ്ങൾക്കുമുമ്പ് പ്രജാഹിതമനുസരിച്ച് എനിക്കു നിന്നെ വനഭൂമിയിൽ ഉപേക്ഷിക്കേണ്ടിവന്നു. രാജാവായ ഞാൻ അതിൽ പശ്ചാത്തപിക്കുന്നില്ല.

ഇന്നിവിടെ വന്ന രണ്ടു ബാലകന്മാർ എന്റെ മക്കളാണെന്ന് മഹർഷി വാല്മീകി എന്നെ അറിയിച്ചു. അദ്ദേഹം സത്യദർശകനും ത്രികാലജ്ഞ നുമാണെന്നത് ഞാൻ ശരിവെക്കുന്നു. പക്ഷേ, ഒരു രാജാവായ ഞാൻ ഇവരെ പ്രജാഹിതത്തിനെതിരായി അംഗീകരിക്കുവാൻ തയ്യാറല്ല.

അഗ്നിപ്രവേശത്തിന് അയോദ്ധ്യ സാക്ഷിയല്ല. അയോദ്ധ്യക്കുവേണ്ടി ഒരിക്കൽക്കൂടി നീ സത്യപരീക്ഷണം നേരിടേണ്ടിയിരിക്കുന്നു. അയോദ്ധ്യ ക്കുവേണ്ടി ഈ യാഗവേദിയിൽ നീ സ്വന്തം പാതിവ്രത്യത്തെച്ചൊല്ലി ശപഥം ചെയ്യണം. അത് അനിവാര്യമാണ്.'

വാക്കുകൾ ചെവിയിൽ മുഴങ്ങി. ഞാൻ വിയർത്തു. മുഖം പുകഞ്ഞു. എന്തു ചെയ്യണമെന്നറിയാത്ത നിമിഷങ്ങൾ. വീണ്ടും വീണ്ടും ഉയർന്നു വരുന്ന ഈ പരീക്ഷയെ എന്നെന്നേക്കുമായി അവസാനിപ്പിക്കണം.

ഞാൻ പിടഞ്ഞെഴുന്നേറ്റു. അതിഥിഗൃഹത്തിലേക്കു ചുവടുവെച്ച പ്പോൾ കാൽച്ചുവട്ടിലെ ഭൂമി കിടുങ്ങി. കവിളുകൾ ക്രോധംകൊണ്ട് തുടിച്ചു. നിരന്തരമായ അപമാനത്തിന്റെ ചാട്ടവാറടി സംയമന സീമയെ ഭേദിച്ചു.

ഗുരുനാഥനും ദൂതനും എന്തോ സംഭാഷണത്തിലായിരുന്നു. എന്റെ ഭാവം കണ്ട ഗുരുനാഥൻ അമ്പരന്നു നിന്നുപോയി. ഇരുവർക്കും ഒന്നും മിണ്ടാൻ ധൈര്യമില്ലാത്തപോലെ. ഗുരുനാഥൻ ആശ്വാസവചനങ്ങൾ ചിക യുന്നതിനു മുൻപ് ഞാൻ പറയാൻ തുടങ്ങി. ഇനി അവസരം കിട്ടിയി ല്ലെന്നുവരാം.

"അധികാരിയും സർവ്വജനപാലകനുമായ അയോദ്ധ്യാപതിയോട് എന്റെ വാക്കുകൾ ഇതുപോലെ അറിയിക്കുക.

സീത ഒരിക്കൽ താങ്കൾക്കുവേണ്ടി അഗ്നിയിൽ ചാടി സ്വയം എരിഞ്ഞും അങ്ങയുടെ അഭിമാനം കാക്കാൻ ശ്രമിച്ചവളാണ്. പിന്നീടു വീണ്ടും പ്രജാഹിതമനുസരിച്ച് എനിക്കു ശിക്ഷ വിധിക്കപ്പെട്ടു. പക്ഷേ, ഇന്നിപ്പോൾ അപമാനഭാരം പേറുന്നത് രണ്ട് ഇളംകുഞ്ഞുങ്ങളാണ്.

ആയതിനാൽ, ജനകപുത്രി സീത സമസ്ത അയോദ്ധ്യാവാസികൾക്കും മുന്നിൽ സ്വന്തം വിശ്വാസ്യതയെയും പവിത്രതയെയും പറ്റി സത്യം ചെയ്യാൻ തയ്യാറാണ്. ഞാൻ ശപഥം ചെയ്യുന്നത് എന്റെ മാന്യതയെയും ജീവിതാവകാശങ്ങളെയും വീണ്ടെടുക്കാനല്ല. മറിച്ച്, മക്കൾക്കു നഷ്ടപ്പെട്ട അധികാരം വീണ്ടെടുക്കാനാണ്. സീത തീർച്ചയായും ശപഥം ചെയ്യും. അങ്ങേക്കോ അയോദ്ധ്യക്കോ വേണ്ടിയല്ല. അവളുടെ മക്കൾക്കു വേണ്ടി. അങ്ങേക്കും അയോദ്ധ്യക്കും മംഗളം ഭവിക്കട്ടെ."

ദൂതൻ ഒന്നു വണങ്ങി. പിന്നെ ഒരു നിമിഷംപോലും പാഴാക്കാതെ രഥത്തിലേക്കു കുതിച്ചു. ഗുരുനാഥൻ എന്നെ തനിച്ചുവിട്ടു. ഏകാന്തതയും നിശ്ശബ്ദതയുമാണ് ഞാനാഗ്രഹിക്കുന്നതെന്ന് അദ്ദേഹത്തിനു തോന്നിയിട്ടുണ്ടാകാം.

അയോദ്ധ്യയുടെ ഗർവ്വ് ആകാശത്തിന്റെ സീമയ്ക്കപ്പുറമായിരിക്കുന്നു. രാജപദവിയുടെ തിളക്കത്തിനു മുന്നിൽ വ്യക്തിബന്ധങ്ങൾ തുച്ഛമെന്നോ? കവിളുകൾ കോപത്താൽ പിന്നെയും വിറച്ചു. നെറ്റിക്കിരുവശവും ചുട്ടുപഴുത്തു. ആ നിമിഷം രഘുരാമനെ മുന്നിൽ കാണണമെന്നു തോന്നി. അദ്ദേഹത്തിന്റെ അസ്ഥിരമായ വാദഗതികളെ പൊളിച്ചെറിയണം. സീതയുടെ മുന്നിൽ വന്നുനിന്ന് ഒരു പരീക്ഷണം ആവശ്യപ്പെടാൻ മാത്രം അധഃപതിച്ചുവോ അദ്ദേഹം എന്നെനിക്കറിയണം. അദ്ദേഹത്തിന്റെ സ്നേഹം കപടനാടകമായിരുന്നോ എന്നറിയണം.

എന്റെ പിതാവിനു നല്കിയ വാഗ്ദാനങ്ങളെല്ലാം കാറ്റിൽപ്പറത്തിയ രഘുരാമനോട് പുച്ഛം തോന്നി. അദ്ദേഹം നല്ല ഭരണാധികാരിയായിരിക്കാം. എന്നാൽ, പരാജിതനായ ജാമാതാവാണ്. സീതയുടെ ക്ഷേമം അദ്ദേഹത്തിന്റെ ആദ്യവിഷയമാണെന്ന് അച്ഛനോടു പറയുന്നത് ഞാൻ കേട്ടതാണ്. അമ്മയോടും അദ്ദേഹം ഒരുപാടു വാഗ്ദാനങ്ങൾ നടത്തി. എന്നിട്ട് അവയെല്ലാം പിച്ചിച്ചീന്തി എന്നെ വനത്തിലേക്കു വലിച്ചെറിഞ്ഞു. ദശരഥ മഹാരാജാവിന്റെ ഏറ്റവും പ്രിയപ്പെട്ട മരുമകളെ ഏറ്റവും നിന്ദ്യയാക്കി. ഏതു ധർമ്മമാണ് ഇതിലൂടെ അദ്ദേഹം പൂർത്തീകരിക്കുന്നത്? വാഗ്ദാനലംഘനങ്ങൾ എന്തു മോക്ഷമാണ് രഘുരാമനു നല്കുക? ലവകുശന്മാർ നിർഭാഗ്യവാന്മാരാണ്. മക്കൾക്കൊപ്പം സ്നേഹത്തോടെ സമയം ചെലവഴിക്കാൻ ക്ഷുദ്രകീടങ്ങൾ പോലും സന്നദ്ധരും സന്തുഷ്ടരുമാണ്. എന്നാൽ, മഹാരാജാവും മര്യാദാ പുരുഷോത്തമനെന്ന് പുകൾപെറ്റവനുമായ എന്റെ മക്കളുടെ പിതാവിന് അവർ അന്യർ മാത്രം. അവരെയൊന്ന് സ്നേഹത്തോടെ നോക്കിയിട്ടു കൂടിയുണ്ടാവില്ല രഘുരാമൻ. സ്വന്തം മക്കളെ തിരസ്കരിക്കുവാൻ മറ്റൊരു പിതാവിനും ഇത്രമേൽ വ്യഗ്രതയുണ്ടായിട്ടുണ്ടാവില്ല. എനിക്കെന്റെ കുട്ടികളോടു സഹതാപം തോന്നുന്നു.

പുത്രധർമ്മം പാലിക്കുവാൻ പതിനാലുവർഷം വനംപൂകിയ രഘുരാമൻ പിതൃധർമ്മത്തിന്റെ പാഠങ്ങൾ പഠിച്ചുകാണില്ല. എന്ത് ഓമനത്തമാണ് എന്റെ കുഞ്ഞുങ്ങൾക്ക്! അവരെ അവഗണിക്കണമെങ്കിൽ അദ്ദേഹം ഞാൻ കണ്ട രാമനായിരിക്കില്ല. ഇത്രയും നാൾ ലവനോ കുശനോ അച്ഛ

നെക്കുറിച്ച് ചോദിച്ചിട്ടില്ല. ഇന്ന് അദ്ദേഹത്തെ കാണുമ്പോൾ അവർക്കെത്ര സ്നേഹവും ആദരവും തോന്നിയിരിക്കും! എന്നാൽ, അതു മനസ്സിലാക്കുവാനുള്ള ഹൃദയം അദ്ദേഹത്തിനു കൈമോശം വന്നുപോയി. അമ്മയുടെ സത്യപരീക്ഷയ്ക്കുള്ള കുറിമാനം അവർക്കൊപ്പം കൊടുത്തയച്ചിരിക്കുന്നു! അയോദ്ധ്യയുടെ രാജാധിപൻ ഒരിക്കലും ഒരു നല്ല പിതാവല്ല. ഇനി അങ്ങനെ ആവുകയുമില്ല. എന്റെ മക്കൾ അമ്മയ്ക്കുണ്ടായ അപമാനം അവസാനശ്വാസംവരെ ഓർത്തിരിക്കും.

രാജധർമ്മത്തിന്റെ ചില പാഠങ്ങൾ എനിക്കുമറിയാം. എന്നാൽ, ആരോപണങ്ങൾക്കു വിധേയരായവരെ വിചാരണയില്ലാതെ ശിക്ഷിക്കുന്ന രീതി ഞാനറിഞ്ഞിട്ടില്ല. രാജാവിനു മുന്നിൽ ഒരു ആരോപണമുയർന്നാൽ അതുന്നയിച്ചവരും വിധേയരായവരും രാജസഭയ്ക്കു മുന്നിൽ വിചാരണ നേരിടണം. സത്യമെന്തെന്ന് പുറത്തുവരണം. അതിനുശേഷമാണ് ശിക്ഷാവിധികൾ. ഏതൊരു സാധാരണക്കാരനും അർഹിക്കുന്ന ഈ നീതി പോലും എനിക്കു കിട്ടിയില്ല. എന്നോടൊരു ചോദ്യവുമുണ്ടായില്ല. എന്നിൽനിന്നൊന്നും കേട്ടതുമില്ല. രാജാവു നേരിട്ട് ശിക്ഷ വിധിച്ചു. അതും ഞാനറിയാതെ.

എല്ലാ കാര്യങ്ങളും ഞാനുമായി ചർച്ച ചെയ്തുപോയ ആര്യപുത്രൻ ഇതുമാത്രം പങ്കുവെച്ചില്ല. ഭാവിയറിയാൻ ഒരവകാശവും എനിക്കില്ലേ? അദ്ദേഹമെന്നോട് നേരിട്ടു പറഞ്ഞിരുന്നെങ്കിൽ ഇത്ര വേദന തോന്നുമായിരുന്നില്ല. ഞാൻ സസന്തോഷം അയോദ്ധ്യ വിടുമായിരുന്നു. എന്നാൽ ഒരു പത്നിയോടു കാട്ടേണ്ട സ്നേഹവും അദ്ദേഹം നിഷേധിച്ചു. ഒരു മറുപടിപോലും കേൾക്കാൻ തയ്യാറില്ലാത്തവണ്ണം എന്നെ നിഷ്കരുണം പറഞ്ഞയച്ചു. അല്ല, അദ്ദേഹം എന്നെ നാടുകടത്തി. ഏറ്റവും നീചമായ കുറ്റകൃത്യങ്ങൾ നടത്തുന്നവർക്കു നല്കുന്ന അതേ ശിക്ഷ. ഉറ്റവരിൽനിന്ന് എന്നെ വേരോടെ പറിച്ചെറിഞ്ഞു കളഞ്ഞു.

ഞാൻ ചെയ്ത തെറ്റെന്താണ്? ഒരുത്തരവും ആരും ഇതേവരെ എനിക്കു തന്നില്ല. എന്നിട്ടും ഞാൻ ശിക്ഷയനുഭവിക്കുന്നു. എനിക്കൊപ്പം തീർത്തും കളങ്കരഹിതരായ രണ്ടു കുട്ടികളും. നിരപരാധിയും അബലയുമായ ഒരു സ്ത്രീക്കു മുന്നിൽ കൊട്ടാരവാതിൽ കൊട്ടിയടയ്ക്കാനുണ്ടായ കാരണം ആർക്കുമറിയില്ല. അപരാധിയാണ് ഞാനെങ്കിൽ എന്തുകൊണ്ട് പരസ്യമായി ശിക്ഷിച്ചില്ല? എനിക്കറിയാം, പിതാവിന്റെ ശാപവചനങ്ങൾ ഭയന്ന്, മാതാക്കളുടെ കോപം ഭയന്ന്, ഭരതന്റെ വചനങ്ങൾ കഠിനമാകുമെന്നറിഞ്ഞ്.

ഗർഭിണിയായ, അവശയായ സ്ത്രീയെ അവളുടെ കുടുംബത്തിനു നല്കാനുള്ള മര്യാദപോലും അയോദ്ധ്യാധിപൻ കാട്ടിയില്ല. വനത്തിലെ ക്രൂരതകൾക്ക് അവളെ എറിഞ്ഞുകൊടുക്കാനുള്ള ഹൃദയശൂന്യത അദ്ദേഹം എവിടെനിന്നാണ് സ്വന്തമാക്കിയത്? യാതൊരു സുരക്ഷയുമില്ലാതെ ഒരു ഗർഭിണിയെ, അവൾ ആരോ ആയിക്കൊള്ളട്ടെ. നിഷ്കരുണം കാനനത്തിനു കനിഞ്ഞരുളിയ രാമൻ മനുഷ്യനേ അല്ല. ആയിരുന്നെങ്കിൽ

ഞാനെവിടെയെന്ന് ഒരിക്കലെങ്കിലും തിരക്കിയേനേ. ഞാൻ ജീവിച്ചിരിപ്പുണ്ടോ എന്നറിയാൻപോലും അദ്ദേഹം മെനക്കെട്ടില്ല.

എന്റെ ജീവിതത്തെ ഇത്രമേൽ മാറ്റിയെഴുതാനുള്ള കഴിവും രാജാരാമൻ ആർജ്ജിച്ചുവെന്നോ? രാജ്ഞി രാജാവിന്റെ അർദ്ധാംഗനയാകാം, അടിമയല്ല. അവൾക്കും ആത്മാഭിമാനമുണ്ട്. അതിനു പറ്റുന്ന പരിക്കുകൾ ഒരിക്കലും ഭേദമാകാത്തതാണ്. സീത വെറും പാവയെന്ന് ധരിച്ചുവോ അദ്ദേഹം? അവൾ ഒരു രാജകുമാരിയാണെന്ന തിരിച്ചറിവും നഷ്ടമായിപ്പോയി. സീതയ്ക്കു വികാരങ്ങളും മനസ്സാക്ഷിയും ഉണ്ടെന്ന് ഒരുവേള തോന്നിയിരുന്നെങ്കിൽ അദ്ദേഹത്തിനിന്ന് ഇങ്ങനെയൊരു സന്ദേശം അയക്കേണ്ടിവരില്ലായിരുന്നു. നിർഭാഗ്യവശാൽ അങ്ങനെയൊരു ബോധം അദ്ദേഹത്തിനു പണ്ടേയില്ല. അല്ലായിരുന്നെങ്കിൽ, ഒരു പ്രതിമയാക്കി എന്നെ മാറ്റുവാൻ ധൈര്യം വരില്ലായിരുന്നു. ഇവൾ എന്നും അദ്ദേഹത്തിനൊരു അടിമ മാത്രമായിരുന്നിരിക്കും. പക്ഷേ, ഇതെല്ലാം വേർതിരിച്ചറിയുവാൻ സീത വൈകിപ്പോയി.

രഘുരാമനിന്നും മനസ്സിലാകാത്ത പലതുമുണ്ട്. പ്രജാഹിതം ഒന്നോ രണ്ടോ പേരുടെ അഭിപ്രായമല്ല. സീതയെക്കുറിച്ച് ഒരാൾ അഹിതം പറഞ്ഞത് അദ്ദേഹം കേട്ടു. മറ്റു നൂറുപേർ മറിച്ചാണ് പറഞ്ഞതെങ്കിൽ അവർക്കു മുന്നിൽ തരംതാഴുകയല്ലേ രാജാവ്? പ്രജകൾ സത്യത്തെ അസത്യമാക്കിയാൽ രാജാവ് അതിനും കൂട്ടുനില്ക്കണോ? രാജാവിന്റെ ധർമ്മം പ്രജകളെ സത്യത്തിന്റെ വഴിയിൽ നടത്തുകയാണ്. ഓരോരുത്തരുടെയും ചലനവും അടിസ്ഥാനരഹിതവുമായ ആഗ്രഹങ്ങൾ പൂർത്തീകരിക്കാൻ ഒരുമ്പെടുന്നത് രാജാവിന്റെ പരാജയമാണ്.

മാനവികതയാണ് എല്ലാറ്റിലും വലുതെന്ന് അച്ഛൻ പണ്ടേതന്നെ പഠിപ്പിച്ചിട്ടുണ്ട്. എന്നാൽ, രഘുരാമൻ പഠിച്ച രാജധർമ്മത്തിന്റെ പുസ്തകത്തിൽ മാനവികതയ്ക്കു സ്ഥാനമില്ല. ഭാര്യയെ വന്യമൃഗങ്ങൾക്കിട്ടു കൊടുക്കുന്ന, കാട്ടാളൻപോലും കേട്ടാലറയ്ക്കുന്ന, ക്രൂരതകൾ മാത്രമാണ് അദ്ദേഹത്തിനു രാജധർമ്മം. കൺമുന്നിൽ ഒരിത്തിരി പ്രതീക്ഷകളും സ്നേഹദാഹവുമായി നിന്ന സ്വന്തം കുട്ടികളെ അപമാനിച്ചിറക്കിവിടുന്നതാകാം അദ്ദേഹത്തിന്റെ ധർമ്മം. എന്നാലും ഒന്നു ചോദിക്കാതെ വയ്യ. സ്വന്തം പത്നിയെ സംരക്ഷിക്കാനാവാത്ത രാമൻ ഒരു രാജ്യത്തെ എങ്ങനെ കാക്കും? ഒരു സ്ത്രീക്കു നീതി കൊടുക്കാനാവാത്ത രാജാവ് ഭരിക്കുന്ന രാജ്യം എങ്ങനെ ഉത്തമമാകും?

അയോദ്ധ്യാധിപന്റെ കാരുണ്യത്തെയും നീതിപാടവത്തെയും പുകഴ്ത്തുന്ന മൂഢന്മാരേ, ഭാര്യക്കും മക്കൾക്കും ദയയോ നീതിയോ നല്കാത്ത ഒരാൾക്ക് എങ്ങനെ മര്യാദാ പുരുഷോത്തമനാകാൻ കഴിയും? അദ്ദേഹം നല്ല രാജാവാണെന്ന് നിങ്ങൾ പറയുന്നു. അദ്ദേഹത്തിന്റെ പ്രജ കൂടിയായ എന്റെ ജീവിതം എന്നിട്ടെന്തുകൊണ്ട് ഇങ്ങനെയായി? ഒരു നല്ല ഭർത്താവോ അച്ഛനോ ജാമാതാവോ എന്തിന്, നല്ല മനുഷ്യൻ പോലുമോ അല്ല രഘുരാമൻ. എല്ലാം കാപട്യം മാത്രം. സർവ്വവും മായയാണ്. എന്റെ ജീവിതത്തിലേക്കു നോക്കൂ. നിങ്ങളുടെ കണ്ണുകൾ ചിലപ്പോൾ സത്യം

കണ്ടേക്കും.

രാവണന്റെ ലങ്ക കണ്ടവളാണു ഞാൻ. അയാൾക്ക് ഒരുപാടു ഭാര്യമാരുണ്ടായിരുന്നു. അവരാരും ദുഃഖിച്ചിട്ടില്ല. അയാൾ അപഹരിച്ച സ്ത്രീകൾ മാത്രമേ ലങ്കയിൽ കണ്ണുനീർ വീഴ്ത്തിയുള്ളൂ. അയാളുടെ പ്രജകളാരും ദുഃഖിച്ചിരുന്നിട്ടില്ല. അതിനയാൾ അനുവദിച്ചിട്ടില്ല. അയാൾ ശ്രേഷ്ഠനായ രാജാവായിരുന്നു. എന്നോടു കാട്ടിയ ക്രൂരതകളെല്ലാം ഞാൻ ഇന്നും ഓർക്കുന്നെങ്കിലും അയാളുടെ ഹൃദയം കൂടുതൽ തെളിമയുള്ളതായി എനിക്കു തോന്നുന്നു. അഹങ്കാരവും പദവിയും തലക്കനവും അയാൾക്കു വേണ്ടുവോളമുണ്ടായിരുന്നു. എന്നിരുന്നാലും ലങ്കയിൽ ആർക്കും അതൊരു ഭാരമായില്ല. അയാൾ എല്ലാ വാഗ്ദാനങ്ങളും പാലിച്ചു. തന്നെ ഉപേക്ഷിച്ചു പോയ വിഭീഷണനെ എന്നിട്ടും സ്നേഹിച്ചു. രാജധർമ്മം അതിനൊരു തടസ്സവും അയാൾക്കുണ്ടാക്കിയില്ല. വ്യക്തിബന്ധങ്ങൾക്കൊപ്പം അയാൾ രാജധർമ്മം നിറവേറ്റി. പ്രജകൾക്കുവേണ്ടി അവരുടെ മുന്നിൽനിന്നു.

രാവണൻ എനിക്കുതന്ന വേദനകൾ എത്രയോ നിസ്സാരമാണെന്നു ഞാനറിയുന്നു. അയാൾക്ക് സഹോദരിക്കേറ്റ അപമാനത്തിനു പ്രതികാരം ചെയ്യണമായിരുന്നു. ഒരു സ്ത്രീക്കേറ്റ അപമാനത്തിനുള്ള പ്രതികാരം! എന്നാൽ, യാതൊരു തെറ്റും ചെയ്യാത്ത ഞാനെന്ന സ്ത്രീയെ അയോദ്ധ്യ ആവോളം ചെളിവാരിയെറിയുന്നു. എനിക്കുവേണ്ടി എത്രയോ പേരെ കൊന്നൊറിഞ്ഞിട്ടും രഘുരാമൻ എന്നെ തിരസ്കരിച്ചു. തനിക്കായി മരിച്ചു വീണ ഓരോ സുഹൃത്തിനോടും രാമൻ അന്യായം കാട്ടുകയാണ്. അവരുടെ മരണം വെറുതെയായിപ്പോയി. ഇതിനായിരുന്നെങ്കിൽ എന്തിന് അങ്ങനെയൊരു മഹായുദ്ധം നടത്തി? ജീവൻ നഷ്ടപ്പെടുമെന്നറിഞ്ഞിട്ടും മണ്ഡോദരിയുടെ അഭിമാനം സംരക്ഷിക്കാനിറങ്ങിയ രാവണനെ ഇന്നു ഞാൻ മനസ്സിലാക്കുന്നു.

ചിന്തകൾ ഒരുപാടു കാടുകയറുന്നു എന്നു തോന്നിയപ്പോൾ ഞാൻ തലകുടഞ്ഞു. മുഖം കൈകൊണ്ടു തുടച്ച് ഉന്മേഷം വരുത്താൻ ശ്രമിച്ചു. ജീവിതത്തിൽ എവിടെയും തോല്ക്കരുതെന്ന് എനിക്കു വാശിയുണ്ട്. ഈ പ്രതിസന്ധിയിലും ഞാൻ തോല്ക്കില്ല. ഇതുവരെയും പരാജയപ്പെട്ടിട്ടില്ല. രാവണനും അഗ്നിക്കും മുന്നിൽ തലകുനിച്ചിട്ടില്ല. അയോദ്ധ്യയുടെ ചോദ്യങ്ങൾ എന്നെന്നേക്കുമായി അവസാനിപ്പിക്കണം. എന്തായാലും ഞാൻ അവിടെ പോകും, എല്ലായിടത്തും ജയിക്കണം എന്നതുകൊണ്ടുമാത്രം.

ഇതെന്റെ അവസാനത്തെ അയോദ്ധ്യാ യാത്രയായിരിക്കും. ഇതെനിക്കുനേരെ ഉയർന്ന അവസാന ചോദ്യവും. ഇനിയാർക്കും അതിനു ധൈര്യം വരരുത്. സീതയെ അവർ കണ്ടറിയട്ടെ. സീതയുടെ മക്കൾ അവരെ ഭരിക്കും. ലവകുശന്മാരിലൂടെ അവർ സീതയെ വാഴ്ത്തും.

അന്തിമമായെത്തിയ അശ്രുകണത്തെ തുടച്ചുനീക്കി കൈയിലെ സന്ദേശത്തിലേക്കു നോക്കി. ഏറ്റവുമടിയിൽ ചോദ്യം ചെയ്യപ്പെടാത്ത അധികാരത്തിന്റെ രാജമുദ്ര. രഥത്തിന്റെ ശബ്ദം അകന്നകന്നു പോകവേ ആ മുദ്ര ഹൃദയത്തിന്റെ ആഴത്തിൽ ആഞ്ഞുപതിച്ചതായും അവിടെനിന്നു

രക്തം വാർന്നുപോകുന്നതായും തോന്നി.

വേദനിച്ചു പിടയുന്ന ഹൃദയത്തെ സമാധാനിപ്പിക്കാനായി മനസ്സു പതുക്കെ, വളരെ പതുക്കെ, എനിക്കു മാത്രം കേൾക്കാനാവുന്ന ശബ്ദത്തിൽ പറഞ്ഞു:

'അവസാനത്തെ മുറിവ്. ഇനിയില്ല. എല്ലാം അവസാനിക്കുന്നു. എല്ലാം.'

9 789389 410303

Printed by Libri Plureos GmbH in Hamburg,
Germany